पुस्तकाचे नाव: हेमचा भूलभुलैयामधील प्रवास.. बदलाचा शुभारंभ

लेखक: संदेश पानसरे

© 2025 संदेश पानसरे सर्व हक्क राखीव.

हे पुस्तक आणि यातील संकल्पना लेखकाच्या मालकीच्या आहेत. या पुस्तकातील मजकूर लेखकाची पूर्वपरवानगी घेतल्याशिवाय कोणत्याही स्वरूपात (मुद्रित, डिजिटल, ऑडिओ किंवा व्हिडिओ) पुनरुत्पादन, वितरण किंवा प्रकाशन करता येणार नाही.

हे पुस्तक केवळ वैयक्तिक वाचनासाठी आहे. प्रकाशक व लेखक या पुस्तकातील कोणत्याही माहितीच्या अचूकतेबाबत हमी देत नाहीत आणि कोणत्याही प्रकारच्या संभाव्य परिणामांसाठी जबाबदार राहणार नाहीत.

प्रकाशन माहिती: नॉशन प्रेस

आवृत्ती माहिती (Edition Page)

प्रथम आवृत्ती : मार्च 2025

द्वितीय आवृत्ती : जून 2026

ISBN: [979-8897443130]

मुद्रण आणि प्रकाशन ठिकाण: मुंबई, भारत

हे पुस्तक वाचकांच्या प्रेरणेसाठी आणि बदल स्वीकारण्यास मदत करण्यासाठी लिहिले आहे.

हे पुस्तक पहिल्यांदा 2025 मध्ये प्रकाशित झाले. पुढील कोणत्याही सुधारित किंवा विस्तारित आवृत्तीसाठी लेखक किंवा प्रकाशकाच्या वेबसाइटला भेट द्या.

विशेष आभार

या पुस्तकाच्या निर्मितीसाठी प्रेरणा दिल्याबद्दल आणि समर्थन दिल्याबद्दल लेखक आपल्या कुटुंबीयांचे, मित्रांचे आणि वाचकांचे मनःपूर्वक आभार मानतो.

ऋणनिर्देश

हे पुस्तक लिहिताना अनेक व्यक्ती, अनुभव, आणि प्रेरणांचे योगदान लाभले. त्यांच्याविषयी कृतज्ञता व्यक्त करणे हे माझे कर्तव्य आहे.

१. माझे कुटुंब:

प्रथम माझ्या आई-वडिलांचे मनःपूर्वक आभार. त्यांनी मला भक्कम केले, लिहिण्यास सक्षम केले आणि माझ्यासाठी योग्य वातावरण निर्माण केले.

माझ्या पत्नीने आणि मुलीने माझ्या स्वप्नांवर विश्वास ठेवला, मला लिहिण्यासाठी आवश्यक वेळ आणि पाठिंबा दिला. त्यांच्या प्रेमाशिवाय हे पुस्तक शक्य झाले नसते.

२. माझे मित्र आणि मार्गदर्शक:

ज्यांनी वेळोवेळी मला प्रेरित केले, चर्चा करून नवनवीन कल्पना सुचवल्या आणि माझ्या लेखनप्रवासात साथ दिली. तुमच्यामुळेच हे पुस्तक

अधिक समृद्ध आणि विचारप्रवर्तक बनले.

३. मूळ पुस्तकाचे लेखक - डॉ. स्पेन्सर जॉन्सन:

Who Moved My Cheese? या अद्वितीय पुस्तकाने मला आणि संपूर्ण जगाला परिवर्तनाचे महत्त्व समजावून सांगितले. हेमचा प्रवास पुढे कसा गेला याचा विचार मनात येण्याचे श्रेय या मूळ कथेच्या शक्तिशाली संकल्पनेला जाते.

४. वाचक आणि प्रेरणास्थान:

ज्यांनी "कोण हलवलं माझं चीज?" या कथेवर प्रेम केले आणि त्यातील पात्रांशी नाळ जोडली. तुमच्या उत्सुकतेमुळेच मी हेमच्या प्रवासाचा पुढील भाग लिहू शकलो.

५. माझे शिक्षक आणि साहित्यविश्व:

ज्यांनी मला विचार करण्यास, लिहिण्यास आणि कल्पनाशक्तीला वाव देण्यास शिकवले. या साऱ्यांचे योगदान या पुस्तकात आहे.

६. स्वतः हेम आणि त्याचा प्रवास:

हेम हा केवळ एक पात्र नाही, तर तो आपल्या सगळ्यांच्या मनातील एक भाग आहे–जो बदलाला घाबरतो, पण शेवटी त्याचा स्वीकार करून नवी संधी शोधतो.

हे पुस्तक म्हणजे एका प्रवासाचा विस्तार आहे– स्वतःला समजून घेण्याचा, बदल स्वीकारण्याचा, आणि नवीन संधी शोधण्याचा. हेमच्या प्रवासासोबत तुम्हीही स्वतःला कुठेतरी जोडू शकाल, हीच आशा आहे.

- संदेश पानसरे

- **महात्मा गांधी:**

  "जगात तुम्हाला पाहायचा आहे तो बदल स्वतःमध्ये घडवा."

- **स्वामी विवेकानंद:**

  "एकच विचार घ्या आणि त्याला आयुष्य बनवा. त्यावर विचार करा, स्वप्न पाहा, त्यावर जगा. यशाचा मार्ग हाच आहे."

- **डॉ. बाबासाहेब आंबेडकर:**

  "मनाची जोपासना ही मानवी अस्तित्वाचा अंतिम उद्देश असावा."

- **ए.पी.जे. अब्दुल कलाम:**

  "स्वप्न पूर्ण होण्याआधी तुम्हाला ते पाहावे लागते."

- **स्टीफन हॉकिंग:**

  "बुद्धिमत्ता म्हणजे बदलाशी जुळवून घेण्याची क्षमता."

- **चार्ल्स डार्विन :**

  "जगण्यासाठी सर्वात बलवान किंवा सर्वात बुद्धिमान प्राणी टिकत नाही, तर जो बदलाशी सर्वाधिक जुळवून घेतो तो टिकतो."

- जॉर्ज बर्नार्ड शॉ:

  "बदलाशिवाय प्रगती अशक्य आहे; आणि जे आपले विचार बदलू शकत नाहीत ते काहीही बदलू शकत नाहीत."

- राक्लिटस :

  "बदलाशिवाय काहीही कायमस्वरूपी नाही."

- डॉली पार्टन:

  "आपण वाऱ्याला दिशा देऊ शकत नाही, पण आपण पाल बदलू शकतो."

"हू मूव्ह्ड माय चीज?" या प्रेरणादायी कथेत हेम आणि हॉ या दोन पात्रांचा प्रवास आपण पाहिला. हॉने बदल स्वीकारला आणि नवीन चीज शोधण्याचा निर्णय घेतला, तर हेम मात्र जुन्या गोष्टींना धरून बसला. पण हेमचं पुढे काय झालं? तो तिथेच राहिला की त्यानेही प्रवास सुरू केला?

ही कथा हेमच्या पुढील प्रवासाची आहे. बदल स्वीकारण्याची इच्छा असूनही त्याला उशीर झाला होता. एकटेपण, भीती, आणि अपयशाच्या भितीने तो गुंतून पडला होता. पण त्याच वेळी, त्याच्या मनात एक वेगळा प्रवास सुरू झाला–स्वतःला शोधण्याचा आणि समजून घेण्याचा!

या नव्या प्रवासात हेमला काही महत्त्वाचे साथीदार भेटतात–Inspired, Hope, Trust, Thankful, Present, Appreciate, Past आणि Purpose–जे त्याला प्रत्येक टप्प्यावर मार्गदर्शन करतात. ते फक्त पात्र नाहीत, तर मनाच्या वेगवेगळ्या भावना आणि शिकवणी आहेत. हेम हळूहळू शिकतो की, बदल

अटळ असतो, पण त्याचा स्वीकार करणे आपल्या हाती असते.

या पुस्तकात हेमच्या मनात चालणाऱ्या संघर्षाचे प्रतिबिंब दिसेल–त्याचा भीतीशी संघर्ष, त्याची आशेच्या दिशेने पावले, आणि शेवटी त्याचा स्वतःचा शोध! ही केवळ एका व्यक्तीची कथा नाही, तर प्रत्येकाच्या आयुष्यात येणाऱ्या बदलाची गोष्ट आहे.

तुम्हीही या प्रवासाचा एक भाग व्हा, स्वतःला हेममध्ये पाहा, आणि त्याच्या अनुभवांतून शिकण्याचा प्रयत्न करा. कारण शेवटी, आपल्या सर्वांनाच कधी ना कधी स्वतःला विचारायचं असतं–

"हू मूव्ह्ड माय चीज?" हा प्रश्न म्हणजेच — *आपल्या आयुष्यातील बदलाशी आपण कसा जुळवून घेतो याचा शोध.*

- संदेश पानसरे

"हू मूव्हड माय चीज?" मूळ कथा

एका दूर, गुंतागुंतीच्या भूलभुलैयामध्ये चार छोटे जीव राहत होते - दोन उंदीर, स्नीफ आणि स्करी, आणि दोन लहान माणसं, हेम आणि हॉ. हे चारही जण आपापल्या आयुष्यातून आनंद, यश आणि समाधानाचा शोध घेत होते. या भूलभुलैयामध्ये चीज हे त्यांच्या गरजा आणि स्वप्नांचं प्रतीक होतं.

चीज स्टेशन C वरचा आनंद

सर्वांनी मिळून चीज स्टेशन C सापडला, जिथे भरपूर चीज उपलब्ध होतं. स्नीफ आणि स्करी सावध होते; त्यांना माहीत होतं की चीज कधीही संपू शकतं, त्यामुळे ते कायम तयारीत होते. पण हेम आणि हॉ यांना खात्री वाटत होती की चीज कायम इथेच राहणार. ते रोज स्टेशनवर येत, आराम करत, आणि बदल होण्याची शक्यता नाकारत.

चीज गायब होतं

एक दिवस, चीज स्टेशन C पूर्णपणे रिकामं झालं. स्नीफ

आणि स्करी लगेचच निघाले आणि भूलभुलैयामध्ये नवीन चीजच्या शोधात गेले. त्यांना समजलं होतं की उशीर केला, तर संकट ओढवेल. मात्र, हेम आणि हॉ स्टेशनवरच थांबले. "हे चीज कोणीतरी हलवलं असणार," हेम म्हणाला, "आणि ते परत आणणं आपल्याला आवश्यक आहे."

हॉचं जागं होणं

काही दिवस असहायतेत गेले. हॉच्या मनात विचार आला, "मी इथे बसून चीज परत येण्याची वाट बघत राहणार का? की नवीन चीज शोधायला जाणार?" हॉने निर्णय घेतला - तो पुढे जाणार होता. हेमला त्याच्यासोबत येण्याचं सांगितलं, पण हेम तयार नव्हता. "मी जुनीच चीज परत मिळवेन," हेम ठामपणे म्हणाला.

नवीन चीजचा शोध

हॉ एका लहानशा पण धाडसी पावलाने भूलभुलैयामध्ये पुढे गेला. भिंतींवर तो स्वतःसाठी संदेश लिहित होता:

"जर तुम्ही बदल स्वीकारला नाही, तर तुम्ही मागे पडाल."

"तुम्ही घाबरत नसता, तर काय केलं असतं?"

काही अडथळे आले, पण हॉने हार मानली नाही. अखेर त्याला चीज स्टेशन N सापडला, जिथे भरपूर चीज होतं. तिथे स्नीफ आणि स्करी आधीच आनंदाने राहत होते. हॉला कळलं की त्याने घेतलेला निर्णय योग्य होता.

हेम मागेच राहतो

हॉने हेमला पुन्हा बोलवायला विचार केला, पण त्याला माहीत होतं की हेम स्वतःचं मत बदलत नाही तोवर तो मागेच राहील.

हॉने एक शेवटचा संदेश भिंतीवर लिहिला:

"बदल स्वीकारा आणि तुमचं आयुष्य सुधारवा."

स्नेहसंमेलन

कॅलिफोर्नियाच्या एका आलिशान हॉटेलमध्ये संध्याकाळची वेळ होती. बाहेर हलकासा गारवा होता, पण आतल्या खास हॉलमध्ये जुन्या मित्र-मैत्रिणींचा गट गप्पांमध्ये रंगून गेला होता.

तेथे ११ जण जमले होते–शालेय वयातली जुनी नाळ जपणारे, प्रत्येक जण आपापल्या आयुष्यात वेगवेगळ्या मार्गाने पुढे गेलेले. पण आज, तब्बल २२ वर्षांनी ते पुन्हा एकत्र आले होते. सुरुवातीला गप्पांचा विषय नेहमीप्रमाणे जुन्या आठवणींवर फिरत राहिला–शाळेतील खोड्या, शिक्षकांचे किस्से, आणि एकत्र केलेल्या सहली.

हळूहळू चर्चा गंभीर होत गेली. प्रत्येक जण आपल्या आयुष्यातील बदल, संघर्ष आणि शिकवणी शेअर करू लागला. तेवढ्यात कुणीतरी हसत म्हणालं– "अरे, आठवतंय का? ते पुस्तक... *कोण हलवलं माझं चीज?*"

क्षणभर सगळे शांत झाले, आणि मग हसत-हसत त्या कथेकडे वळले. बदलाशी जुळवून घेण्याची ती कथा, हेमचा प्रवास, आणि त्यातून मिळालेल्या शिकवणीबद्दल सगळ्यांनी पुन्हा चर्चा सुरू केली.

"२२ वर्षं झाली, पण काही लोक अजूनही नाही बदलले!"

विशालने गमतीने म्हणताच सगळ्यांनी हसून प्रतिसाद दिला.

"विशाल, तू अजूनही मिशी न वाढवलीस, आणि तुला वाटतं हेम बदलला असेल?" रीमाने मिश्कीलपणे टोमणा मारला.

"हेम? तो तर अजूनही त्याच ठिकाणी बसून असेल." चेतन म्हणाला.

"किंवा तो अजूनही 'कोण हलवलं माझं चीज?' असा पेपर घेऊन फिरत असेल!"

सगळे मनसोक्त हसले.

कॉफीचे कप एकामागोमाग एक रिकामे होत होते, पण आठवणींची देवाणघेवाण मात्र सुरूच होती.

"खरंच, हेमचं पुढे काय झालं असेल?"

आता गप्पांची दिशा थोडी गंभीर झाली.

समीर विचारात म्हणाला, "तो शेवटपर्यंत तिथेच थांबला असेल का?"

विशालने खांदे उडवले. "कदाचित, पण कधी ना कधी त्याला जावंच लागलं असेल."

सायली म्हणाली, "की तो इतका उशीर करतो की वेळ त्याच्यावर कुरघोडी करते?"

श्रेया : "किंवा तो उशीरा का होईना, पण बदलायचा प्रयत्न तरी करतो?"

सगळे विचारात पडले.

आणि मग... एक रहस्य समोर येतं!

त्याच वेळी, समीरने आपल्या लॅपटॉपमधील एक फाईल उघडली. सगळ्यांनी त्याच्याकडे आश्चर्याने पाहिलं.

"माझ्याकडे हेमबद्दल काहीतरी खास माहिती आहे!"

सगळे पुढे झुकून पाहू लागले.

"हेम बदलला का?"

"तो जिवंत राहिला का?"

"की तो शेवटी तिथेच संपला?"

समीरच्या स्क्रीनवर काही शब्द दिसले–"हेमचा भूलभुलैयामधील प्रवास: बदलाचा शुभारंभ!"

आता खोलीत उत्सुकता शिगेला पोहोचली. प्रत्येक जण आपापल्या काठावर पुढे झुकला. कॉफीचे कप थंड पडले होते, पण चर्चेचा माहोल मात्र तापत चालला होता.

आता उलगडणार होती - हेमची खरी गोष्ट!

हेमचा

भूलभुलैयामधील

प्रवासः

बदलाचा शुभारंभ

हेम आणि एकटेपणाचा उगम

चीज स्टेशन C आता रिकामं होतं. प्रत्येक कोपऱ्यात एक अजब शांतता पसरली होती, जी हेमच्या मनात अजूनच गोंधळ माजवत होती. हेम एकटा होता. त्याच्या मित्रांनी आणि सहकाऱ्यांनी चीज संपल्यानंतर पुढचा प्रवास सुरू केला होता, पण हेम मात्र थांबला होता.

"सगळं काही इतकं अचानक कसं बदलू शकतं?" तो स्वतःशीच म्हणाला. "माझं चीज कुठे गायब झालं?" त्याचा आवाज रडवेला झाला. त्याने स्टेशनच्या भिंतींवर डोकं टेकवलं. तिथे त्याला फक्त रिकामी जागा आणि त्याचं स्वतःचं प्रतिबिंब दिसलं.

"माझ्याशिवाय सगळे पुढे गेले," त्याला वाटलं. "कदाचित त्यांना काही सापडेल. पण मी? माझं काहीच नाही उरलं."

त्याच्या मनात एक नकारात्मक वादळ उभं राहिलं. त्याला वाटू लागलं की तो स्वतःच्याच भीतींमध्ये अडकून गेला आहे. "मी आता थांबूनच राहणार. बाहेर गेलो, तर फक्त अपयश आणि निराशा दिसेल."

दिवसेंदिवस हेमच्या मनातलं एकटेपण अधिकच गडद होत गेलं. तो दिवस-रात्र स्टेशन C च्या कोपऱ्यात बसून राहायचा. त्याला वाटायचं की हे रिकामं स्टेशन त्याचं प्रतिबिंब आहे–उदास, रिकामं, आणि दिशाहीन.

"मी काहीही करायला जातो, तेव्हा सगळं बिघडतं," तो स्वतःशी बडबडत होता. त्याच्या डोळ्यात निराशेची झलक स्पष्ट दिसत होती. हळूहळू त्याला असं वाटू लागलं की त्याचा एकटेपणा त्याच्यावर हल्ला करतोय.

"हे सगळं माझ्या आयुष्यातच का?" तो ओरडला. त्याच्या डोळ्यांसमोर जुने दिवस चमकले, जेव्हा चीज सगळीकडे भरलेलं होतं आणि तो आनंदाने जगत होता. पण आता त्याला फक्त त्या दिवसांची आठवण आणि विद्रूप वास्तव दिसत होतं.

तो मनात विचार करू लागला की कदाचित त्याने प्रयत्न करणे थांबवले म्हणूनच चीज गायब झालं. पण त्या विचारानं त्याचं दुःख आणि राग अजूनच वाढला.

एक दिवस, हेमने आपल्या आतल्या वेदना एका वेगळ्या उग्र रूपात अनुभवल्या. त्याला वाटलं की स्टेशनच्या भिंती हलू लागल्या आहेत. तो घाबरून ओरडला, "कोणी आहे तिथे? मला वाचवा!" पण भिंती शांत होत्या, आणि फक्त त्याचा आवाज पुन्हा त्याच्याकडे परत येत होता.

"हे सगळं मीच निर्माण केलंय," त्याने स्वतःला दोष दिला. "माझा आळस, माझी भीती, आणि माझं निर्णय न घेणं... सगळं काही माझं आहे."

हेम आतून तुटत चालला होता. त्याला भास होऊ लागले की भिंती त्याच्याकडे हसत आहेत, त्याला चिडवत आहेत. "तू थांबलास, म्हणून तुझं चीज गायब झालं," तो स्वतःशीच बोलू लागला.

त्याच्या डोक्यातल्या विचारांनी त्याला घेरलं. आता एकटेपणा फक्त मानसिक नव्हता, तर शारीरिक

जाणवायला लागला. त्याला असं वाटू लागलं की तो या स्टेशनमध्ये कायमचा अडकून जाणार आहे.

चीज स्टेशन C रिकामं झाल्यानंतर हेमच्या मनात विचारांचा एक महाभारत सुरू झालं होतं. तो एका कोपऱ्यात बसून आपला भूतकाळ आठवत राहिला. त्याला ते जुने सुखाचे दिवस दिसत होते, जेव्हा चीज भरपूर होतं आणि त्याला काहीच चिंता नव्हती.

"मी का बदलायचं? बदल म्हणजे धोका," हेम स्वतःशीच पुटपुटला.
पण त्याच वेळी त्याच्या मनात एक वेगळा विचार आला. "जर मी इथेच थांबलो, तर मी अजूनच अधिक अशक्त होईन."

भीतीने त्याला जखडून ठेवलं होतं. "स्टेशन C च्या बाहेर जाऊन मला काय मिळणार? तिथे आणखी संकट असेल तर?" त्याचा हा विचार त्याला जागचं हलू देत नव्हता. त्याचं मन सतत त्याला थांबण्याचं कारणं सांगत होतं.

पण या भीतीसोबत त्याच्या मनात एक धुसफूस सुरू झाली होती. तो जाणून होता की थांबल्यास काहीही

बदलेल नाही, पण त्याला पुढचं पाऊल उचलण्याचं धाडस
होत नव्हतं.

हेम एका रात्री जागा झाला, तेव्हा त्याला असं जाणवलं
की स्टेशन C च्या भिंती त्याच्याकडे पाहून हसत आहेत.
"तू इथेच राहणार आहेस, आणि तुझं चीज कधीच परत
येणार नाही," त्या भासाने त्याला त्रस्त केलं.

तो घाबरून जागा झाला आणि जोरजोराने ओरडला, "हे
सगळं असं का होतंय? मी काय चुकलो?" त्याच्या
डोळ्यात पाणी आलं. तो रडत होता, एकटेपण आणि
भीतीमुळे. त्याला वाटलं की तो आता पुन्हा कधीही
आनंदी होऊ शकणार नाही.

भास अधिक तीव्र झाले. त्याला आवाज ऐकू येऊ लागले,
"तुझं काही होणार नाही. तू कायमचा इथेच थांबशील."
त्याने कानांवर हात ठेवले, पण आवाज थांबले नाहीत. "हे
सगळं थांबवा!" तो किंचाळला.

रडताना त्याला जाणवलं की त्याने आपल्यावर खूप
कठोरपणे ताबा ठेवला आहे. तो ज्या भासांनी घाबरला

होता, ते त्याच्याच मनाचे उत्पन्न होते. पण हे जाणूनही, तो त्यांच्याशी लढण्यासाठी तयार नव्हता.

चीज स्टेशन C रिकामं झाल्यानंतर हेम पूर्णपणे बदलला. त्याच्या वागण्यावरून त्याचं मनोबल किती खालावलं होतं, हे स्पष्ट दिसत होतं. तो सतत स्टेशनच्या कोपऱ्यात बसून स्वतःशीच पुटपुटत राहायचा. "कुठे गेलं माझं चीज? हे कसं घडलं?" तो स्वतःला सतत विचारायचा.

कधी कधी तो अचानक उठून भिंतीकडे बघायचा आणि तिथे काहीतरी शोधण्याचा प्रयत्न करायचा, जणू काही चीज भिंतीमध्ये लपवलं गेलं आहे. त्याचं असं वागणं पाहून तो स्वतःलाही कळत नव्हतं की तो काय करतोय.

एक दिवस, हेमचा संताप अनावर झाला. तो भिंतीवर हात आपटत ओरडला, "हे माझ्यासोबत असं का झालं? माझ्या चीजला कोणी काढून नेलं?" त्याचा आवाज स्टेशनमध्ये घुमला, पण उत्तर मात्र कुठूनच आलं नाही.

तो इतका चिडला की त्याने जवळच्या काही गोष्टी भिरकावून दिल्या. त्याचं हृदय वेदनेने भरून आलं होतं,

पण तो त्या वेदनांना बाहेर काढायचा प्रयत्न करत होता. "मी यासाठी तयार नव्हतो," तो स्वतःशीच जोरजोरात म्हणत राहिला.

संतापानंतर त्याच्या वागण्यात एक वेगळा टप्पा आला. हेम अचानक एकटाच जोरजोरात हसायला लागला. "हो, ही एक मोठी गंमत आहे," तो म्हणायचा. त्याचं हास्य खोटं होतं, पण ते त्याच्या वेदनांना झाकण्याचा प्रयत्न होता.

"मी माझ्या चीजशिवायही आनंदी राहू शकतो, बघू या कसं होतं!" तो स्वतःशी बोलत राहायचा. पण त्याच्या आवाजातली थरथर त्याच्या मनाची अस्थिरता दाखवत होती.

हास्याच्या पाठोपाठ, हेमच्या चेहऱ्यावर वेगवेगळे विचित्र भाव दिसू लागले. कधी त्याचा चेहरा दुःखाने भरून जायचा, तर कधी रागाने ताणलेला असायचा. कधी तो स्वतःशी गप्पा मारत हसायचा, तर कधी अचानक कोसळून रडायचा.

"माझं आयुष्य असं का झालं?" तो स्वतःला विचारायचा,

पण त्याच्या चेहऱ्यावरचे भाव त्याच्या मनातल्या गोंधळाचं प्रतिबिंब होतं. तो स्वतःच्या भावनांवर नियंत्रण मिळवू शकत नव्हता.

हेमच्या मनावर या घटनांचा प्रचंड परिणाम झाला. तो खूपच अस्वस्थ झाला होता. त्याला सतत भूतकाळ आठवायचा, जिथे त्याचं चीज भरपूर होतं. "त्या दिवसांमध्ये मी किती आनंदी होतो. आता सगळं संपलंय," तो स्वतःशी पुटपुटायचा.

तो खूप वेळ एका जागी बसून राहायचा आणि त्याच्या डोक्यात सतत विचारांची गर्दी चालू असायची. त्याला वाटायचं की त्याचं आयुष्य थांबून गेलं आहे, आणि तो कुठेही हलू शकत नाही.

हेम C चीज स्टेशनमध्ये एकटा राहायला लागला. सुरुवातीला त्याला थोडं शांती मिळालं होतं, पण हळूहळू तो एकटेपणात बुडत गेला. एकटा असल्यामुळे, त्याच्या मनात अराजकतेचे विचार येऊ लागले. त्याला असं वाटायला लागलं की चारही बाजूला अंधाराचं साम्राज्य आहे.

एक दिवस, रात्री त्याला अचानक कानावर एक विचित्र आवाज पडला. तो आवाज एका गडबडीतून आला, जणू काही दुसऱ्या कोणीच त्याच्या आसपास उभं राहून त्याला काही सांगत होतं. हेम चुकचुकून उठला आणि कान ताणून त्या आवाजाची वाट पहात होता. "हे काय आवाज आहे?" हेमने स्वतःला विचारलं.

आवाज ऐकून त्याला खूप अस्वस्थता वाटू लागली. त्याचं मन नको त्या विचारांनी भरलं आणि त्याला झोप येणं अशक्य झालं. त्याच्या मनाच्या कोपऱ्यात चिंता वाढली, आणि त्याने अजून एक वळण घेतलं–आता त्याच्या मनाला शांतता मिळवणं कठीण होत होतं.

हेम पुढे जात असताना, त्याला विचित्र गोष्टी दिसू लागल्या. एकतर, त्याच्या डोळ्यांसमोर हल्लीच न दिसणारी, धूसर छायाचित्रं किंवा धुसर आकृत्या येऊ लागल्या. एका ठिकाणी, त्याला पाणी कापल्यासारखा आवाज आला, पण पाणी कुठेही दिसत नव्हतं. हे सगळं असं वाटत होतं की हेम एका वेगळ्या दुनियेत पोहोचला आहे.

"हे काय आहे?" हेमने विचारलं, "तिथे काहीही नाही, पण माझ्या डोळ्यात सगळं हलतंय!"

त्याच्या डोळ्यांनी त्याला काही अनोख्या, भयानक गोष्टी दाखवायला सुरुवात केली. एक भयंकर पाण्याचं वादळ त्याच्या डोळ्यांसमोर उभं राहिलं, आणि त्याला असं वाटलं की त्याच्या अवतीभवती काहीतरी आहे, पण त्याला समजत नव्हतं काय.

हेमच्या मनामध्ये ते धूसर विचार रेंगाळत होते, आणि त्याला वाटत होतं की त्याच्या दृष्टीने हे सर्व सापळे किंवा फसवणूक आहे. "हे सर्व एक स्वप्न आहे का?" हेमने स्वतःला विचारलं, पण त्याचं उत्तर अजून सापडत नव्हतं.

जसे-जसे हेम एका अंधाऱ्या कोपऱ्यात प्रवेश करत होता, त्याला तोच विचित्र आवाज पुन्हा ऐकू येऊ लागला. त्या आवाजाने त्याच्या कानात एक जबरदस्त भयानक गूंज निर्माण केली.

"हे काय? माझ्या कानात कसा आवाज ऐकू येतो?" हेमाने गडबडलेलं आवाजात विचारलं.

हेम खूपच अस्वस्थ होऊन गेला. त्याच्या शरीरात थोडक्यात हलकंसा थरकन जाणवत होतं. त्याला आता झोपेचीही गोडी नाही आणि त्याचं मन सुद्धा खूप विचित्र अवस्थेत होतं. त्याने विचार केला, "माझं दिमाग काहीतरी गडबड करत आहे."

अशा परिस्थितीमध्ये, त्याला प्रत्येक गोष्ट जरा जास्त वाढलेली आणि विचित्र वाटत होती. त्याला प्रत्येक गोष्ट असह्य आणि भीतीदायक वाटत होती. सगळ्या गोष्टी अस्तित्वात आहेत की नाही हे त्याला समजत नव्हतं. एकतं राहण्याचा त्रास त्याला असं सापडला की त्याला स्वतःचं अस्तित्व एक वेगळ्या दृष्टीकोनातून पाहू लागला.

आणि तिथेच, तो एकत्र एक नवा सत्य स्वीकारला–जेव्हा आपण एका ठिकाणी एकटा राहतो, तेव्हा आपल्या मनाच्या गोंधळात फसतो आणि प्रत्येक गोष्ट त्याला भयावह वाटू लागते.

निराशेचा पहिला झटका

चिझ स्टेशन C मध्ये हेम एकटा पडतो. चिझ
हरवल्यापासून त्याला आशेचा तसूही उरलेला नसतो. तो
एका कोपऱ्यात बसतो आणि मनात विचारांचे वादळ सुरू
होतं–"चिझ परत येईल... पण कधी?"
रोज त्याच विचारांनी त्याचं मन कंटाळून जातं. त्याला
स्वतःच्या शरीराची जाणीव होत नाही–हातपाय जड
वाटायला लागतात, आणि डोळे मिटले तरी झोप येत
नाही. त्याला असं वाटतं की सगळं काही संपलय. जणू
मृत्यू त्याला जवळ येऊन भेटतोय.

भीतीचा गडद अंधार

अचानक त्याला एका अज्ञात आवाजाचा भास होतो. तो
कानाला हात लावतो, पण आवाज थांबत नाही. "तू
संपलास, हेम. आता काहीही बदलणार नाही." या
आवाजाने त्याला हादरवून टाकलं.
त्याच्या डोळ्यांसमोर अंधुक छायाचित्रं दिसायला
लागतात, जणू काही भूतकाळ त्याला चिडवतोय. त्याला
वाटतं की त्याचे हातपाय निश्चल झाले आहेत, शरीर

थंडगार होतंय. त्याचा श्वास घेणंही कठीण होतं.

वाईट विचारांचा कडेलोट

हेमला वाटतं की त्याच्या आयुष्याचा शेवट जवळ आलाय. "माझ्या आतलं सगळं संपत चाललंय... माझं मन, माझं शरीर... आणि आता माझं जीवनही," तो स्वतःशी पुटपुटतो.
तो उभं राहण्याचा प्रयत्न करतो, पण पाय लटलट करत कोसळतो. भिंतीवर डोकं टेकवून तो जोरात ओरडतो, "आता किती सहन करू? हा अंधार संपणार कधी?"
त्याच्या मनात एक लढा सुरू असतो–आशा आणि निराशा यामधला. एका क्षणी त्याला हॉकचे शब्द आठवतात, "तू बदल स्वीकारायला तयार झालास, तरच नवीन काही सापडेल."
तो स्वतःलाच विचारतो, "आणि जर मी बदललो नाही, तर? मग कदाचित मी खरोखरच इथेच मरून जाईन."

हेम आता एका टप्प्यावर पोहोचतो जिथे त्याला निर्णय घ्यावाच लागणार असतो–आयुष्याकडे परत जाण्याचा किंवा अंधारात हरवण्याचा. तो कोणता मार्ग निवडतो?

त्याला वाटतं की सगळं काही संपलंय. तो स्वतःशी म्हणतो, "माझं आयुष्य चिझवरच अवलंबून होतं, आणि आता तेच नाही तर मी तरी कशाला जगू?"

रोजचा दिवस अस्वस्थेत जातो. झोपही त्याला साथ देत नाही. डोळे मिटले तरी विचित्र आवाज कानात घुमत राहतात. "हे सगळं तुझ्या चुकीमुळेच झालंय, हेम," त्याला भास होतो. अशा विचारांनी तो गोंधळून जातो आणि मनात खोल निराशा तयार होते.

भीती आणि मानसिक संघर्षाचा कडेलोट

हेमला भीतीची जाणीव आता वेगाने जाणवायला लागते. त्याला वाटतं की त्याच्या हातापायांवरच ताबा उरलेला नाही. त्याला स्वतःच्या श्वासावरही नियंत्रण राहिलेलं नसतं. तो कधीच न थांबणारं वादळ अनुभवतो, जिथे त्याचं मन त्याच्याच विरोधात उभं राहतं.

एक दिवस त्याला असा विचार येतो, "जगण्याचा उपयोगच काय, जर चिझ परत मिळणार नसेल तर?" तो कोपऱ्यात बसून रडतो, डोळ्यातून अश्रूंचा बांध फुटतो. "हे सगळं संपवायचं का?" तो पुटपुटतो. त्याच्या डोक्यात विचारांचा अंधार दाटून येतो. त्याला वाटतं की मृत्यूच एकमेव सुटका आहे. "माझं अस्तित्वच आता निरर्थक झालंय," तो ठामपणे विचार करतो.

हेमच्या एकटेपणात आशेचा किरण

चीज स्टेशन C वर हेम खूप दिवसांपासून अडकून बसला होता. चीज संपल्याची जाणीव त्याला होती, पण तो तिथून हलायचं धाडस करत नव्हता. त्याच्या मनात भीतीचा अंधार पसरला होता, आणि तो सतत विचार करत होता, "चीज परत येईल, अजून थोडा वेळ थांबतो." पण हळूहळू एकटेपणाचं ओझं वाढत चाललं होतं.

एका थंड संध्याकाळी, हेम स्टेशनच्या एका कोपऱ्यात थकून आणि निराश होऊन बसला होता. वातावरणात शांतता पसरली होती, आणि त्याच्या मनात विचारांचं काहूर सुरू होतं. अचानक त्याच्या कानावर एका हलक्या पावलांचा आवाज आला. तो सावध झाला. "इथे कोण आलं?" तो स्वतःशीच पुटपुटला.

तो आवाज जवळ येत होता. अंधुक प्रकाशात त्याला एक लहानशी आकृती दिसली - एक मुलगी. ती इनस्पायर्ड

होती - तिचे डोळे बंद होते, पण चेहऱ्यावर एक विलक्षण तेज होतं. तिच्या हातात एक लाकडी काठी होती, जिला आधार देत ती निर्धास्त पावलांनी चालत होती.

हेम तिच्याकडे विस्मयाने पाहत होता. त्याला कळेना की, ती इतक्या आत्मविश्वासाने कशी चालते. शेवटी ती हेमजवळ थांबली आणि तिचं शांत, पण आश्वासक हसू करत म्हणाली, "हेम, तू खूप काळापासून इथे अडकून आहेस. मी तुला बाहेर काढायला आलेय."

हेम चकित झाला. तो म्हणाला, "तू कोण आहेस? तुला माझं नाव कसं माहीत?"

इनस्पायर्ड हसली आणि म्हणाली, "मी इनस्पायर्ड आहे. मला तुझ्या मनाचा आवाज ऐकू येतो. तू तुझ्या भीतीत हरवला आहेस, पण मी तुझ्या आयुष्याला नवी दिशा देण्यासाठी आलेय."

हेमच्या मनात असंख्य प्रश्न उभे राहिले, पण तिच्या शब्दांमध्ये एक जादू होती - जणू ती त्याच्या आत्म्यातल्या भीतीला वितळवत होती. त्याच्या डोळ्यांत अश्रू उभे राहिले. तो म्हणाला, "माझं सगळं संपलंय. मी

इथून हललो, तरी मला काही सापडणार नाही."

इनस्पायर्डने त्याचा हात धरला आणि म्हणाली, "हेम, तुझं काहीच संपलं नाहीय. तुझ्या मनातली भीती आणि संशय हीच तुझी खरी अडथळा आहे. मी अंध आहे, मला काहीही दिसत नाही, पण मी माझ्या अंतर्मनाच्या आवाजावर विश्वास ठेवते. तूही तुझ्या भीतीवर मात करून पुढे जायचं ठरवलंस, तर तुला नवीन चीज नक्कीच सापडेल."

हेमला तिच्या शब्दांतून आशेचा किरण दिसू लागला. तो विचार करू लागला, "ती अंध असूनही एवढ्या आत्मविश्वासाने बोलते, आणि मी डोळस असूनही इतका गोंधळलेला का?" तिच्या शब्दांनी त्याच्या मनात नवी ऊर्जा निर्माण केली.

इनस्पायर्ड पुढे म्हणाली, "हेम, प्रत्येक चूक, प्रत्येक संघर्ष आपल्याला काहीतरी शिकवतो. भीतीने तुला थांबवलं, पण आता वेळ आली आहे पुढे जाण्याची. तुझं आयुष्य थांबवून ठेवणाऱ्या गोष्टींना मागे सोड."

हेमला तयार करण्याची सुरूवात

"हेम, मी समजून घेत आहे की तू घाबरलेला आहेस, पण कुठेही पोहोचण्यासाठी तुम्हाला एक पाऊल पुढे टाकावे लागेल. एक लहान पाऊल. हे कधीच सोपं नसतं, पण जर तुम्ही स्वतःवर विश्वास ठेवला, तर पुढे जाणं शक्य आहे."

हेम अजूनही थोडा अनिश्चित होता. "माझ्या आयुष्यात इतकी अपयशं आली आहेत, आता मला अजून एक अपयश सहन करायला आवडणार नाही."

Inspired हसत म्हणाली, "हेम, अपयश ही शिकण्याची प्रक्रिया आहे. आणि यश तुम्ही पाहू नका, फक्त प्रवास करा."

तिने थोड्या वेळाने हेमच्या पाठीवर ठोसा मारला आणि म्हणाली, "जरा विचार कर, तु प्रत्येक अडचणीवर कसा मात केलीस. त्याचप्रमाणे, हे प्रवास सुद्धा संधीच आहे."

हेम थोडा विचार करू लागला आणि त्याला तिने सांगितलेल्या शब्दांची गोडी लागली.

विश्वास आणि मनाची तयारी

"हेम, आजपासून तू एक नवा प्रवास सुरू करणार आहेस," Inspired ठाम शब्दांत म्हणाली. "प्रत्येक बदलाच्या आधी, आत्मविश्वास आणि मनाची तयारी आवश्यक आहे."

हेमने आश्चर्याने विचारलं, "मनाची तयारी कशी करावी?"

Inspired हसली आणि त्याच्या पुढे एक मोठा दगड ठेवला. "हे दगड पाहून काय वाटतं?"

हेमने त्या दगडाकडे बघत म्हणाला, "त्याला हलवणं अत्यंत कठीण आहे."

"बरोबर," Inspired म्हणाली, "पण जर तू ठरवलं, तर तो दगड हलवू शकतोस. हेम, तुझ्या मनातील धरणा इतकाच आहे. जर तू ठरवलं की तू आपल्या उद्दिष्टाकडे

जाऊन पोहोचणार आहेस, तर त्या अडचणींवर मात करू शकतोस."

हेमच्या डोळ्यात एक चमक आली. "माझ्या मनाला तयार करण्याची हीच वेळ आहे का?"

Inspiredने निस्वार्थपणे हसत उत्तर दिलं, "हो, हेम. तुझे मन आणि विचार तुमच्या भविष्याचा पाया असतात. त्याला तयार करा आणि योग्य दिशा निवडा."

हेम ने मनाशी ठरवलं की आता तो त्याच्या भविष्यातील प्रत्येक अडचण झेलण्याची तयारी करणार आहे.

इंस्पायर्डचा संघर्ष पाहून हेमला प्रेरणा मिळते

दुसऱ्या दिवशी, हेमने इंस्पायर्डकडे लक्ष दिलं. ती एका पायाने लंगडत चालत होती, पण थांबत नव्हती. प्रत्येक पाऊल टाकताना तिला कष्ट होत होते, पण तिच्या चेहऱ्यावर समाधान होतं.

"तू थकलीस तरी थांबत का नाहीस?" हेमने विचारलं.

इंस्पायर्डने उत्तर दिलं, "मी थांबले, तर माझ्या जखमा वाढतील. पण चालत राहिले, तर मी चीजच्या जवळ जात राहीन."

हेम विचारात पडला. "तुझा हा आत्मविश्वास कसा येतो? तुला वाटत नाही का, चीज मिळालं नाही तर?"

इंस्पायर्ड हसली. "माझ्या प्रयत्नांनीच माझा आत्मविश्वास वाढतो, हेम. चीज मिळालं तर आनंद होईल, पण नाही मिळालं तरी मी शिकते. आणि कधी ना कधी मिळणारच आहे!"

हेमला तिचं उत्तर वेगळं वाटलं. ती एका पायाने इतक्या जोमाने प्रयत्न करत होती, आणि तो मात्र घाबरून थांबला होता.

हेमचा बदलता प्रवास

तिसऱ्या दिवशी, इंस्पायर्ड हेमच्या बाजूला उभी राहिली.

"आज तुम्ही सुरूवात करणार का?" तिने विचारलं.

"माझी भीती जात नाही," हेम म्हणाला.

इंस्पायर्डने त्याचा हात धरला. "पहिलं पाऊल टाकायला धैर्य लागतं. पण हेच धैर्य तुम्हाला पुढच्या पावलांसाठी तयार करतं."

हेमने नकाशाकडे पाहिलं आणि हळूच पहिलं पाऊल टाकलं. "हे फार कठीण वाटतंय," तो म्हणाला.

"हो, पण तुम्ही पुढे जाताय, थांबत नाही," इंस्पायर्ड म्हणाली. "आणि हेच यश आहे. छोटी पावलं मोठा बदल घडवतात."

हेम पुढे चालायला लागला. प्रत्येक पाऊल टाकताना त्याला अधिक हलकं वाटायला लागलं. तो हसत म्हणाला, "मला वाटलं होतं की चालणं कठीण असेल, पण हे सुखद वाटतंय."

"म्हणूनच मी म्हणते, प्रयत्न करत राहा. तुमचं चीज तुम्हाला सापडेल," इंस्पायर्ड म्हणाली.

इंस्पायर्डने त्याला शुभेच्छा दिल्या आणि ती तिच्या दिशेने निघून गेली. हेम आता एका नवीन विश्वासाने चालत होता. त्याला वाटत होतं, चीज सापडणं फक्त प्रश्न नव्हता, तर प्रवासाचं महत्त्व होतं.

हेमची होपशी पहिली भेट - आशेची किरणे

चिझचा शोध घेताना हेम एका अंधाऱ्या, निराश गुहेत पोहोचतो. तो थकलेला आणि अस्वस्थ असतो. अचानक त्याला लांबवर एक हलकीशी प्रकाशरेषा दिसते. त्याच दिशेने जाताच त्याला एक शांत, पण आत्मविश्वासपूर्ण व्यक्ती भेटते - होप.

"तू कोण आहेस?" हेम विचारतो.
"मी होप आहे. आशेचं मूर्त रूप. मी तुझ्या प्रवासाचा भाग आहे," होप म्हणतो.
हेम गोंधळलेला असतो. "पण मला वाटतं, हा प्रवास केवळ निराशा आणि अडथळ्यांनी भरलेला आहे. चिझ मिळण्याची शक्यता फार कमी आहे."
होप हसत उत्तर देतो, "जर तुझ्या मनात आशा असेल, तर हरवलेल्या चिझपेक्षा मोठं काही शोधू शकतोस."

होपच्या शब्दांनी हेमच्या मनात काहीतरी हलतं. त्याला जाणवतं की गुहेतल्या अंधारातून बाहेर पडण्यासाठी त्याला हा प्रकाशाचा किरणच गरजेचा आहे.

अडथळ्यांवर मात - होपची जादू

होप हेमसोबत प्रवास सुरू करतो. रस्ता खडतर असतो - चढ-उतार, मोठे दगड, आणि अडथळ्यांनी भरलेला. एका ठिकाणी ते दोघे एका प्रचंड मोठ्या खडकासमोर अडकतात.

हेम निराश होतो. "आपण हे पार करू शकणार नाही. हा खडक आपल्या शक्तीपेक्षा खूप मोठा आहे."
होप शांतपणे म्हणतो, "प्रत्येक खडक तुझा मार्ग थांबवायला नाही, तर तुला अधिक मजबूत बनवायला येतो."

हेम त्याच्याकडे संशयाने पाहतो. "मग यावरून जाण्याचा मार्ग काय आहे?"
होप हसून उत्तर देतो, "कधीही फक्त खडक पाहू नकोस; त्याच्या पलीकडचा मार्ग बघ. जर तुझ्या मनात आशा असेल, तर मार्ग आपोआप तयार होईल."

हेमने खडकावर चढण्याचा प्रयत्न केला आणि आश्चर्यकारकपणे तो यशस्वी झाला. तो जाणवतो की समस्या सोडवण्यासाठी सकारात्मकता आणि शांत डोकं

कसं महत्त्वाचं असतं.

चिझच्या जवळचा क्षण - आशेचा विजय

प्रवासानंतर हेम आणि होप एका सुंदर मैदानावर
पोहोचतात, जिथे चिझचं एक छोटं स्टेशन असतं.
"हे काय आहे? हे खरं चिझ आहे का?" हेम विचारतो.
होप म्हणतो, "हे अजून तुझ्या ध्येयाचं उत्तर नाही, पण
हे स्थान तुला तुझ्या प्रवासासाठी बळ देण्यासाठी आहे. तू
आता जिथे पोहोचलास, तिथून पुढचा प्रवास अधिक सोपा
होईल."

हेम पहिल्यांदाच शांत आणि समाधानाने हसतो. तो
विचार करतो, "होप नसतं तर मी इथपर्यंत कधीच पोहोचू
शकलो नसतो."

होप त्याला शेवटचं सांगतो, "आशा ही तुझ्या प्रवासातली
दिव्य शक्ती आहे. ती तुला मार्ग दाखवते, बळ देते,
आणि तुझं ध्येय पूर्ण होईपर्यंत तुला सोबत ठेवते."

हेम आता आशावादी आहे, आणि त्याला जाणवतं की
त्याचा चिझ स्टेशन आता फार लांब नाही.

होपमुळे हेमला कळतं की प्रवासात अडथळे असतीलच, पण आशा हे असे इंधन आहे जे प्रत्येक संकटावर मात करण्याची ताकद देते. आशा ठेवून हेम आता अधिक जोमाने पुढे जाण्यास तयार आहे.

हेमची भेट ट्रस्ट सोबत - विश्वासाचा आधार

हेम आणि होप त्याच्या प्रवासात पुढे जात असतात, आणि एक दिवस ते एका संकरीत वळणावर पोहोचतात. रस्ता अंधाऱ्या, धुंद वाऱ्याने गाजत असतो, आणि हेमला वाटतं की त्याचं मार्गदर्शन करत असलेली होप त्याच्या मागे आहे, पण कधी तो मागे पाहतो, तेव्हा होप दिसत नाही.

हेम थोडा गोंधळलेला, थोडा घाबरलेला, आणि थोडा संकोचलेला विचार करतो, "होप अचानक का गायब झाली? मला अजूनही माहित नाही की पुढे काय करायचं." त्याच्या मनात अनेक विचार धुमसत असतात, आणि एकाच वेळी त्याला त्या अंधाऱ्या रस्त्यावर चालायला प्रोत्साहित करणारी एका आवाजाची आवश्यकता असते.

तो थोडा थांबतो आणि तितक्यात एक शांत आणि स्थिर व्यक्तिमत्व उभं राहतं, ज्याचं नाव ट्रस्ट असतं.

"तुम्ही कोण?" हेम विचारतो.

"मी ट्रस्ट आहे," तो हसत म्हणतो. "तुम्ही इथं आलात ना, याच कारणाने की तुम्ही विश्वास ठेवायला तयार आहात. आणि त्याच विश्वासामुळेच तुम्ही पुढे जाऊ शकता."

हेम गोंधळलेला असतो. "पण माझ्या मनात विचार चालू आहेत, आणि मला वाटतं की मी मार्गावरून थोडा चुकत आहे."

ट्रस्ट शांतपणे हसतो आणि म्हणतो, "हेम, विश्वास म्हणजे तुझ्या अंतरात्म्याला वळण देणं. जेव्हा तुझ्या मनात शंका असतात, तेव्हा तुझ्या आत्मविश्वासाला सुसंगत मार्ग देण्यासाठी विश्वासाचा आधार असावा लागतो."

हेम विचार करत राहतो. "माझ्या शंका दूर करण्यासाठी मला विश्वास कसा ठेवायचा?"

ट्रस्टचं महत्त्व - विश्वास आणि आत्मनिर्भरता

ट्रस्ट हेमला सोडवायला मदत करतो. तो सांगतो, "हेम, विश्वास ठेवणं म्हणजे तू जो मार्ग निवडतोस, त्याला तुझ्या मनाशी आणि इतरांशी सुसंगत बनवणं. याचा अर्थ असा नाही की तुझ्या मार्गावर अडथळे येणार नाहीत, पण त्यावर विश्वास ठेवून तुम्ही तिथं पोहोचू शकता."

हेमला ट्रस्टच्या शब्दांची गोडी लागते, "मी आधीच अडचणीत होतो, पण आता मला समजतं की जर मी स्वतःवर विश्वास ठेवला, तर मी या संकरीत वळणावरूनही पुढे जाऊ शकतो."

ट्रस्ट हेमला शिकवतो की त्याच्या स्वतःच्या निर्णयावर विश्वास ठेवणं आणि त्याला पुढे जाऊन हवं त्या ठिकाणी पोहोचवणं खूप महत्त्वाचं आहे.

"आता तू सर्व चुकांवर लक्ष देऊन, प्रत्येक चुकामध्ये तुमचं ध्येय पाहायला शिकलेस," ट्रस्ट म्हणतो. "तुमच्या कार्याची गती आणि विश्वास ह्यामुळेच तुम्ही प्रवासाच्या प्रत्येक टप्प्यावर पुढे जाऊ शकता."

हेम आता ट्रस्टच्या मार्गदर्शनाने थोडासा आत्मविश्वास गहाण घेतो. त्या अंधाऱ्या वाऱ्यात आणि संकरीत वळणावर असताना, त्याच्या मनात आता शंका नाही. त्याला फक्त विश्वास ठेवायचं आहे आणि त्याच्याच कधीकाळच्या अडथळ्यांवर मात करायची आहे.

ट्रस्ट त्याला सांगतो, "हेम, जोपर्यंत तुझ्या अंतःकरणात विश्वास आहे, तोपर्यंत तू कधीही हरशील नाहीस. विश्वास म्हणजे आकाशावर उडण्याच्या प्रयत्नाप्रमाणे आहे - तू जबरदस्तीने काहीतरी मोठं करायला ठरवलं आहेस, म्हणूनच विश्वास हीच उड्डाणाची शक्ती आहे."

हेमचा ट्रस्टवर विश्वास दृढ होतो - आत्मविश्वास आणि आत्मविश्लेषण

हेम आणि ट्रस्ट यांचा प्रवास सुरू असताना, हेमने आता खूप काही शिकले होते. त्याने आशेच्या शक्तीवर विश्वास ठेवायला शिकला होता, आणि आता त्याला ट्रस्टच्या मार्गदर्शनाने आत्मविश्वासाची खरी ओळख समजली होती. पण एक प्रश्न त्याच्या मनात सतत घोळत होता: "माझ्या अंतर्गत शंकेवर मात कशी करावी?"

एका संध्याकाळी, हेम आणि ट्रस्ट एका वाऱ्याच्या झुळुकांमध्ये एकटं चालत असतात. हेम गडबडलेला असतो, त्याच्या मनात वेगवेगळ्या विचारांचा चक्रव्यूह वळत असतो.

"माझ्या आतून येणाऱ्या शंका कशा दूर करू?" हेम विचारतो. "ट्रस्ट, मला प्रत्येक पावलावर वाटतं की मी चुकीचं करतोय, की मी पुन्हा अपयशी होईन."

ट्रस्ट थोडा थांबतो आणि हेमला शांतपणे सांगतो, "हेम, विश्वास दृढ करणं म्हणजे फक्त विचारांवर नियंत्रण ठेवणं नाही, तर प्रत्येक निर्णयाचा धाडसाने स्वीकार

करणं आहे. विश्वासाच्या आधारावर तू जे करतोस,
त्यातच तुझा खरं आत्मविश्वास उभा राहतो."

हेम विचार करत राहतो, "पण मला तरी कसा ठरवायचं
की जे मी करतोय ते योग्य आहे?"

ट्रस्टच्या मार्गदर्शनाने आत्मविश्लेषण:

ट्रस्ट हसत सांगतो, "हेम, विश्वास स्थिर होण्यासाठी, तू
आधी स्वतःच्या आत जाऊन त्या शंकांवर विचार करावा
लागेल. प्रत्येक विचाराला शंका म्हणून घेण्याऐवजी, त्या
विचारांचं स्वागत कर आणि त्यांच्यावर नियंत्रण ठेव.
शंका ही कधीच नाहीशी होणार नाहीत, पण त्या शंकेमुळे
तू समजून उमजून पुढे जाऊ शकतोस."

हेमला थोडं विचार सुचतो. "माझ्या मनात येणाऱ्या
प्रत्येक शंकेला विरोध करण्याऐवजी, मी त्या शंकेला
आपल्या मार्गदर्शनाचा भाग बनवू शकतो."

ट्रस्ट पुढे सांगतो, "हो, तसंच आहे. विश्वास म्हणजे
हंसीने स्वीकार करणे की तू कधीही संपूर्णपणे समजून
घेणार नाहीस, पण तू त्याच्याशी समरस होऊन पुढे जात

राहशील. प्रत्येक शंका, प्रत्येक अडथळा, आणि प्रत्येक संकट तुझ्या विश्वासाचा एक हिस्सा बनतो."

ट्रस्टवर विश्वास दृढ होणं:

हेम आता अधिक दृढ होतो. त्याने ट्रस्टच्या शब्दांना अंतर्गत दिला आणि त्याच्या आतल्या शंकांवर विश्वास ठेवायला शिकला. तो जरी विचार करत असला तरी, त्याने एक महत्त्वपूर्ण गोष्ट शिकली - विश्वास केवळ बाह्य घटकांवर अवलंबून नसतो. विश्वास म्हणजे, तुझ्या अंतर्गत जगावर, तुझ्या निर्णयांवर आणि तुझ्या शंकेवर मात करून, तुझ्या ध्येयासाठी प्रयत्न करणे.

ट्रस्ट हेमला शिकवतो की विचारांचे नियंत्रण आणि ध्यान ह्या दोन गोष्टी विश्वासाचे खरे आधार आहेत. "हेम, जेव्हा तू स्वतःच्या विचारांवर नियंत्रण ठेवतोस आणि त्यांना सकारात्मक दृष्टिकोनाने स्वीकारतोस, तेव्हा तुझा विश्वास दृढ होतो."

शंकेवर मात करणे आणि विश्वासाचे आधारे निर्णय घेणे

हेम आता त्या संकटकाळी उभा राहतो आणि त्याचं मन शांत होऊन त्याला समजतं की त्याला खूपच शक्ती मिळाली आहे. त्याच्या विश्वासाचा खरा पाय कधीच त्याच्या आतच असतो.

"ट्रस्ट, मी आता समजलो, की विश्वास म्हणजे तेव्हा होतो जेव्हा मी आत्मसमर्पण करत असतो आणि स्वतःवर विश्वास ठेवतो," हेम म्हणतो.

ट्रस्ट हसून सांगतो, "म्हणजेच, तू आता प्रत्यक्षात विश्वास न फक्त शब्दांमध्ये, तर प्रत्येक कृतीत देखील दाखवायला लागलास. विश्वास कायम उभा राहतो तो फक्त त्याच्या दृढतेने."

हेम आता विश्वासाने भरलेला, ध्येयाच्या दिशेने पुढे जातो, आणि त्याचं अंतर्गत आत्मविश्वास तयार होतो.

हेमची भेट थँकफुल सोबत - कृतज्ञतेचा दीपस्तंभ

हेमचा प्रवास आता एका वेगळ्या टप्प्यावर येतो. ट्रस्टच्या मदतीने त्याने आत्मविश्वास आणि ध्येयावर ठाम राहण्याची कला आत्मसात केली होती, पण त्याच्या मनात अजूनही एक कोरड्या जागेची जाणीव होत होती. तो अनेक गोष्टी गाठण्यासाठी प्रयत्न करत होता, पण समाधानाचा आणि आनंदाचा अनुभव त्याला मिळत नव्हता.

एका शांत संध्याकाळी, हेम एका जुन्या, हिरवळीने भरलेल्या रस्त्यावर चालत असतो. तिथे तो एका प्रसन्न चेहऱ्याच्या व्यक्तीला भेटतो. तिच्या डोळ्यात एक प्रकारचा शांत प्रकाश असतो, आणि तिचं अस्तित्व अतिशय हळवं पण प्रभावी वाटत असतं.

"तू कोण?" हेम विचारतो.
"मी थँकफुल आहे," ती शांतपणे उत्तर देते. "मी तुझ्या आयुष्यातील प्रत्येक गोष्टीबद्दल कृतज्ञता शिकवण्यासाठी आले आहे."

हेम गोंधळतो, "कृतज्ञता? ती का गरजेची आहे? मी तर

माझ्या ध्येयाच्या दिशेने चाललो आहे आणि बऱ्यापैकी पुढेही गेलो आहे."

थँकफुल हलके हसते आणि म्हणते, "हेम, तू तुझ्या प्रवासात जे काही मिळवलं आहेस, त्याबद्दल किती वेळा थांबून कृतज्ञता व्यक्त केली आहेस? प्रत्येक गोष्ट मिळाल्यावर पुढचं गाठण्यासाठी धावणं हे चांगलं आहे, पण जे आहे त्याबद्दल आनंद व्यक्त केलास का?"

थँकफुलकडून शिकलेला धडा

हेम तिच्याकडे पाहत विचारात पडतो. त्याने आता लक्षात घेतलं की तो नेहमी पुढच्या गोष्टींचा विचार करत राहतो, पण त्याच्या हातात आधीपासून असलेल्या गोष्टींचं तो कौतुक करत नाही.

थँकफुल पुढे म्हणते, "कृतज्ञता म्हणजे वर्तमानात राहून, तुझ्याकडे जे काही आहे, त्यासाठी समाधान व्यक्त करणं. तू फक्त यशाकडे धावणं बंद करायला हवं नाही, पण त्या यशाकडे जाणाऱ्या प्रत्येक टप्प्यासाठी कृतज्ञता बाळगायला हवी."

हेम विचारतो, "माझं ध्येय गाठण्यासाठी कृतज्ञता कशी मदत करेल?"

थँकफुल शांतपणे सांगते, "कृतज्ञता तुझं मन शांत करतं आणि तुला सकारात्मक ऊर्जा देते. तू जेव्हा तुझ्या आजच्या यशाबद्दल आणि लोकांनी दिलेल्या मदतीबद्दल कृतज्ञ राहतोस, तेव्हा तू पुढच्या प्रवासासाठी अधिक आत्मविश्वास आणि प्रेरणा मिळवतोस."

कृतज्ञतेच्या छोट्या गोष्टी

थँकफुलने हेमला सांगितलं की तो थोडासा थांबून त्याच्या आयुष्यातल्या छोट्या गोष्टींसाठी कृतज्ञता व्यक्त करायला हवी:

त्याच्या प्रवासासाठी मिळालेली प्रेरणा: हेमने इंस्पायर्ड आणि होप कडून खूप काही शिकलं होतं.

ट्रस्टचा आधार: ट्रस्टने त्याला आत्मविश्वास देऊन प्रवास सुलभ केला.

त्याचा स्वतःचा प्रयत्न: हेमच्या मेहनतीमुळेच तो इथपर्यंत पोहोचला होता.

त्याचं ध्येय: जिथे पोहोचायचं आहे, त्या गोष्टीसाठी त्याने स्वतःला समर्पित केलं आहे.

थँकफुलने त्याला सांगितलं, "कधी कधी फक्त थांबून, श्वास घेऊन, आणि आत्ताच जे आहे त्याचा आनंद घ्यायला शिक. कारण आनंद शोधायला बाहेर धावणं गरजेचं नाही; तो तुझ्या आत आहे."

हेमच्या आयुष्यात कृतज्ञतेचा परिणाम

हेम थँकफुलच्या शब्दांनी भारावून जातो. त्याने ठरवलं की आता तो रोज रात्री थोडा वेळ काढून त्याच्याकडे असलेल्या गोष्टींसाठी कृतज्ञता व्यक्त करेल.

त्याला कळलं की त्याच्या प्रवासातील प्रत्येक व्यक्ती

त्याला काहीतरी शिकवत आहे.

त्याला जाणवलं की जरी त्याला अजून यश पूर्णपणे मिळालं नसलं, तरी तो खूप पुढे आला आहे.

कृतज्ञतेने त्याला मानसिक शांतता दिली, ज्यामुळे त्याने जीवनाकडे सकारात्मक दृष्टिकोनातून पाहायला सुरुवात केली.

थँकफुल त्याला सांगते, "हेम, जसं तू तुझ्या कृतज्ञतेला वाढवशील, तसंच तुझं ध्येय तुला अधिक स्पष्ट होईल. आणि जेव्हा तुला तुझ्या ध्येयापर्यंत पोहोचण्यासाठी मार्गदर्शन हवं असेल, तेव्हा मी नेहमी इथं असेन."

हेम आता कृतज्ञतेच्या महत्त्वाने भरून जातो. त्याचा प्रवास आता केवळ बाह्य यश मिळवण्याचा उरलेला नाही, तर आतल्या आनंदाचा आणि समाधानाचा शोध देखील आहे.

शिकवण:

थँकफुल हेमला शिकवते की जीवनात कृतज्ञता व्यक्त करणं म्हणजेच आपल्या प्रवासातील प्रत्येक टप्प्याचा आनंद घेणं. कृतज्ञता ही आपल्याला मानसिक शांतता आणि सकारात्मक ऊर्जा देते, ज्यामुळे आपलं ध्येय साध्य करणं सोपं होतं.

हेमची भेट पास्टशी - चुकांतून शिकून पुढे जाण्याचा मार्ग

हेमचा प्रवास पुढे जात असताना त्याला आता एका नव्या व्यक्तिमत्त्वाची ओळख होते, ज्याचं नाव होतं पास्ट. पास्ट त्याला त्याच्या भूतकाळातील चुका, अनुभव, आणि निर्णयांची जाणीव करून देण्यासाठी आलेलं असतं.

एका निर्मनुष्य वाटेवर हेम चालत असतो, तेव्हा त्याला वाटतं की कोणीतरी त्याचं निरीक्षण करतंय. अचानक एक आवाज ऐकू येतो.

"हेम," आवाज शांत आणि खोल असतो, "तू मला विसरलास का?"
हेम गोंधळून विचारतो, "तू कोण?"
तो आवाज उत्तर देतो, "मी पास्ट आहे, तुझ्या भूतकाळातील सर्व अनुभवांचा आवाज."

पास्टशी संवाद: चुका आणि शिकवणुकीचं महत्त्व

पास्ट सांगतो, "तुझ्या भूतकाळातील चुकांमुळे तू इतका घाबरलास की त्याकडे पाहायची तुझी हिंमतच झाली नाही. पण त्या चुकांमध्येच तुझ्यासाठी महत्त्वाची

शिकवण दडलेली आहे. त्या विसरून कसं चालेल?"

हेम लाजून म्हणतो, "हो, मी अनेक चुका केल्या आहेत. त्या विचारांनीच मला आजही भीती वाटते. मी त्या टाळून पुढे जायला हवं होतं."

पास्ट हसून म्हणतो, "हेम, चुका टाळणं हा मार्ग नाही. त्या स्वीकारणं आणि त्यांच्यातून शिकणं हेच खरं सामर्थ्य आहे. तुझ्या प्रत्येक चुकीत काहीतरी मूल्य आहे. त्या तुला सुधारायला आणि भिन्न दृष्टिकोनातून विचार करायला शिकवतात."

चुकांमधून शिकण्याची कला

हेम आता विचारात पडतो. पास्ट त्याला त्याच्या आयुष्यातील काही महत्त्वाचे क्षण दाखवतं:

1. चुकीचे निर्णय: जिथे त्याने कोणाची तरी गोष्ट न ऐकता चुकीचा मार्ग निवडला होता.

2. भयाचा प्रभाव: जिथे भीतीमुळे त्याने महत्त्वाची संधी गमावली होती.

3. दुसऱ्यांवर अवलंबित्व: जिथे त्याने स्वतःवर विश्वास न ठेवता दुसऱ्यांवर अवलंबून राहणं निवडलं होतं.

हेम म्हणतो, "मला आता कळतंय की मी या प्रत्येक प्रसंगातून काहीतरी शिकू शकलो असतो. पण मी त्या वेळी फक्त त्यांना टाळायचा प्रयत्न केला."

पास्ट सांगतो, "तुझ्या भूतकाळाला दोष देण्यापेक्षा, त्यातून मूल्यवान शिकवण कशी मिळवता येईल याचा विचार कर. प्रत्येक चूक तुझ्या भविष्याला घडवणारी असते."

भिन्नतेने विचार करणं आणि काम करणं

हेमने पास्टकडून शिकलेला सगळ्यात मोठा धडा म्हणजे प्रत्येक समस्येला वेगळ्या दृष्टिकोनातून पाहणं. पास्ट त्याला सांगतो, "ज्यावेळी तू चुकतोस, त्यावेळी नवं काही शिकण्याची संधी असते. ही संधी तुझ्या कल्पकतेला जागं करते."

त्याने ठरवलं की पुढच्या वेळी:

1. चुकांवर विचार करेल: चूक का झाली, यावर शांतपणे विचार करेल.

2. नवीन पद्धतींचा वापर करेल: जुन्या पद्धतींना चिकटून न राहता, वेगळ्या मार्गांचा विचार करेल.

3. स्वतःवर विश्वास ठेवेल: स्वतःची चूक मान्य करून, ती सुधारायला धाडस दाखवेल.

हेमची नवीन दृष्टीकोनातून सुरुवात

पास्ट शेवटी सांगतो, "हेम, तू भूतकाळात चुकलास हे खरं आहे, पण त्या चुकांमुळे तू खूप शिकला आहेस. तुझ्या आजच्या यशामध्ये त्या चुका आणि त्या चुकांनी दिलेल्या शिकवणीचा मोठा वाटा आहे. आता फक्त भूतकाळात अडकून न राहता, तिथून मिळालेलं ज्ञान भविष्यासाठी वापर."

हेम भावूक होऊन म्हणतो, "पास्ट, मला कधी कधी वाटायचं की तू माझं सर्वात मोठं ओझं आहेस. पण आता कळलं की तू माझा सगळ्यात मोठा शिक्षक आहेस."

शिकवण:

चुका ही पराभवाची नाही, तर शिकण्याची सुरुवात असते.

भूतकाळ फक्त दुःख देण्यासाठी नसतो; तो सुधारणा आणि प्रगतीसाठी मार्गदर्शन करतो.

प्रत्येक चुका सकारात्मक बदलासाठी नवा दृष्टिकोन देऊ शकते.

हेम आता नव्या उमेदीने त्याचा प्रवास सुरू करतो. त्याने ठरवलं की तो चुकांपासून घाबरण्याऐवजी, त्या स्वीकारून त्यांचा योग्य उपयोग करेल.

थँकफुल आणि पास्टसोबत हेमचा चिझच्या दिशेने प्रवास

हेम आता अधिक आशावादी, कृतज्ञ, आणि शहाण्या मनाने पुढे जातो. त्याच्या प्रवासात थँकफुल आणि पास्ट या दोन साथीदारांची महत्त्वाची भूमिका ठरते. या दोघांच्या मार्गदर्शनाने, हेमला चिझ गाठण्याचा प्रवास अधिक समृद्ध वाटू लागतो.

भूतकाळाची शिकवण: पास्टचं मार्गदर्शन

प्रवासात हेम थोडा थकतो आणि एका डोंगराच्या पायथ्याशी थांबतो. तिथे पास्ट त्याला म्हणतो, "हेम, डोंगर उंच आहे, आणि तुझ्या प्रवासात अजूनही आव्हानं येणार आहेत. पण तुला याची जाणीव आहे का की तुला

आधीच त्यासाठी सज्ज केलं गेलं आहे? तू भूतकाळात अशा कित्येक अडचणींना सामोरं गेला आहेस."

हेम विचारपूर्वक म्हणतो, "हो, पण त्यावेळी मी नेहमीच घाबरायचो किंवा निराश व्हायचो. मला वाटायचं की मी अयशस्वी होईन."

पास्ट हसत उत्तर देतो, "तू चुकलास, पण त्या चुका म्हणजेच तुझं खूप मोठं शस्त्र आहेत. ज्या क्षणाला तू त्या चुका लक्षात ठेवतोस आणि त्यातून शिकतोस, त्या तुझ्या प्रवासाला सुलभ करतात. डोंगर चढताना तू या अनुभवांचा आधार घे."

हेम थोडासा विचार करून डोंगर चढायला सुरुवात करतो. तो थोड्या अडचणींना सामोरं जातो, पण पास्टच्या मार्गदर्शनाने, त्याला वाटतं की प्रत्येक अडथळा ओलांडणं आता शक्य आहे.

कृतज्ञतेचं बल: थँकफुलची शिकवण

डोंगर चढून काही अंतर पार केल्यानंतर, हेम एका सुंदर दरीत पोहोचतो. तिथं थँकफुल त्याला थांबायला सांगते. ती म्हणते, "हेम, फक्त पुढे धावत जाऊ नकोस. आजूबाजूला बघ आणि जरा थांब. या क्षणासाठी कृतज्ञ राहा."

हेम तिला विचारतो, "थांबणं योग्य आहे का? मी माझ्या ध्येयाच्या जवळ पोहोचतो आहे."

थँकफुल शांत हसत उत्तर देते, "हेम, ध्येयाकडे धावणं चांगलं आहे. पण जेव्हा तू स्वतःला थोडं थांबवून तुझ्या प्रवासातील आनंद घेतोस, तेव्हा तुला त्या ध्येयाचा अधिक अर्थ समजतो. आतापर्यंत तू किती शिकलं आहेस, किती लोकांनी तुझ्या प्रवासात मदत केली आहे, आणि तुझा किती विकास झाला आहे यासाठी आभार मान. हा प्रवास फक्त चिझ मिळवण्याचा नाही; स्वतःला ओळखण्याचा आहे."

हेमने थँकफुलच्या सल्ल्याचं गांभीर्याने पालन केलं. तो आजूबाजूला पाहतो, डोंगरातील शांतता अनुभवतो, आणि

आतापर्यंतच्या प्रवासासाठी कृतज्ञ राहतो. त्याला जाणवतं की त्याची इच्छाशक्ती, त्याचे सहकारी, आणि त्याचा भूतकाळ यामुळे तो इथपर्यंत पोहोचला आहे.

थँकफुल आणि पास्टसोबत चिझच्या दिशेने प्रवास

थँकफुल आणि पास्ट आता दोघेही हेमला मदत करायला सज्ज असतात. पास्ट त्याला त्याच्या चुकांमधून शिकायला लावतो, तर थँकफुल त्याला प्रत्येक टप्प्यासाठी समाधान अनुभवायला शिकवते.

डोंगराच्या टोकावर पोहोचल्यावर हेम म्हणतो,
"पास्ट, तुझ्या शिकवणीने मला आत्मविश्वास दिला. आता मी चुका स्वीकारतो आणि त्यातून शिकतो."
"थँकफुल, तुझ्या मदतीने मी प्रत्येक क्षणाचा आनंद घेणं शिकलो. आता माझा प्रवास खूप समाधानकारक वाटतो."

हेमचा नवा दृष्टिकोन

हेमने चिझच्या दिशेने प्रवास करताना खालील गोष्टी आत्मसात केल्या:

1. भूतकाळाला स्वीकारणं: पास्टमुळे त्याला चुकांमध्ये मूल्य दिसायला लागलं.

2. कृतज्ञतेचा आधार: थँकफुलमुळे त्याला प्रत्येक टप्प्यासाठी आनंदी आणि समाधान वाटायला लागलं.

3. दृढता आणि सकारात्मकता: या दोघांच्या मार्गदर्शनाने, हेम आता अधिक सकारात्मक विचार करू लागला.

शिकवण:

थँकफुल हेमला सांगते, "जेव्हा तू चिझच्या जवळ पोहोचशील, तेव्हा लक्षात ठेव - चिझ मिळवणं हे अंतिम उद्दिष्ट नाही. तुझ्या प्रवासात तू जे शिकलास, तीच खरी संपत्ती आहे."

हेमला आता कळून चुकलं होतं की ध्येयाकडे धावण्याबरोबरच, प्रवासाचा आनंद घ्यायला शिकणंही तितकंच महत्त्वाचं आहे. थँकफुल आणि पास्टमुळे त्याला खऱ्या यशाचा अर्थ उमगतो, आणि तो चिझच्या दिशेने आत्मविश्वासाने आणि समाधानाने पुढे जात राहतो.

हेमची भेट प्रेयरशी - आत्मशांतीचा शोध

चिझच्या शोधाचा प्रवास हेमसाठी अनेक नवीन
शिकवण्या घेऊन आला होता. थँकफुल, पास्ट भेटीनंतर
हेम एका वळणावर पोहोचतो जिथं त्याची भेट प्रेयरशी
होते. प्रेयर हेमला आयुष्यात शांती, समतोल, आणि
आंतरिक स्थिरतेचं महत्व समजावतो.

प्रेयरची ओळख

एका एकांत पसरलेल्या डोंगराळ प्रदेशात हेम चालत
होता. पायथ्याशी एक शांत झरा वाहत होता आणि एका
लहानशा टेकाडावर एक साधा, शांत व्यक्ती ध्यान करत
बसला होता.
हेमने त्याला विचारलं,
"तू कोण आहेस? आणि इथं असं शांत का बसलास?"

तो माणूस डोळे उघडत म्हणाला,
"मी प्रेयर आहे. मी तुझ्या मनाला शांतता आणि स्थिरता
देण्यासाठी आलो आहे. चिझच्या प्रवासात तुझ्या मनात
अनेक विचारांचं वादळ येत असेल, नाही का?"

हेमने माना डोलावली आणि म्हणाला,
"होय, मी बरंच काही शिकलो आहे, पण कधी कधी माझं मन अजूनही गोंधळलेलं असतं. मला हेच जाणून घ्यायचंय की ही अस्वस्थता कशी संपेल."

प्रेयरचं मार्गदर्शन

प्रेयर हेमला जवळच्या झऱ्याजवळ घेऊन गेला आणि म्हणाला,
"हेम, हा प्रवाह बघ. हा झरा कधीही स्थिर राहत नाही, पण तरीही तो शांततेने वाहतो. तसंच, तुझ्या आयुष्यात विचार आणि भावना सतत येत राहतील, पण तू त्यांना शांतीने स्वीकारायला शिकलं पाहिजे."

हेमने विचारलं,
"मग मी शांत कसा राहू? सगळं इतकं अवघड वाटतं!"

प्रेयरने त्याला एका सोप्या पद्धतीत प्रार्थना शिकवली:

1. ध्यान: रोज स्वतःसाठी काही मिनिटं काढ आणि न बोलता फक्त श्वासावर लक्ष केंद्रित कर.

2. स्वीकार: तुझ्या मनातले गोंधळलेले विचार नाकारू
नकोस; त्यांना येऊ दे आणि निघून जाऊ दे.

3. आभार व्यक्त कर: तुझ्या आयुष्यात जे चांगलं आहे
त्याबद्दल मनातल्या मनात कृतज्ञता व्यक्त कर.

प्रेयर म्हणाला,
"प्रार्थनेत शक्ती आहे, हेम. ती तुला तुझ्या मनातील
गोंधळ संपवून शांततेकडे घेऊन जाईल."

प्रार्थनेचं महत्व

प्रेयरसोबत थोडा वेळ घालवल्यानंतर हेमने त्याचं
मार्गदर्शन पाळायला सुरुवात केली. तो रोज शांतपणे

ध्यान करत असे, त्याने भूतकाळातल्या चुका मनातून काढून टाकल्या, आणि त्याला जे काही मिळालं होतं त्याबद्दल आभार मानायला सुरुवात केली.

त्याला हळूहळू जाणवलं की,

चिझच्या प्रवासात आत्मशांती ही सर्वात मोठी ताकद आहे.

शांत मनानेच तो पुढे जाण्यास सक्षम होईल.

मनाला स्थिरतेची सवय लागल्यावर आयुष्य सुकर आणि आनंदी वाटतं.

शेवटची शिकवण

हेमला आता प्रार्थनेचं खरं महत्त्व कळालं होतं. तो स्वतःशी म्हणाला,

"प्रेयरने मला दाखवलं की चिझ फक्त बाहेर नाही, तर
माझ्या आतही आहे. मी जिथं जाईन, जिथं स्थिरता
आणि शांती शोधेन, तिथं मला माझं चिझ मिळेल."

प्रेयरने हेमचा निरोप घेताना हसून म्हटलं,
"हेम, जिथं शांती आहे, तिथंच तुझं खरं चिझ आहे. आता
तू तयार आहेस, पुढे जा!"

हेमने मनात पक्क ठरवलं - चिझच्या शोधात तो आता
शांत, संयमी, आणि सकारात्मक दृष्टिकोनाने पुढे जाईल.

हेमचा प्रवास खडतर आणि थकवणारा होता. सततच्या
शोधामुळे त्याचा शरीराला थकवा जाणवत होता, तर
मनाला निराशा होती. अशा अवस्थेत, त्याला वाटेत एक
छोटंसं, शांत आणि साधं माणूस दिसलं. तो स्वतःला
"आराम" म्हणवून घेत होता.

आरामशी पहिली भेट

आरामने हेमला हसत विचारलं, "हे प्रवासी, तुला वाटतंय की पुढे जाणं आता अशक्य आहे का?"
हेमने रडवेल्या स्वरात उत्तर दिलं, "हो, माझं शरीर थकलंय, माझ्या मनाला शांतता नाही, आणि मला वाटतं की मी आता पुढे जाऊ शकणार नाही."

आरामने त्याच्या हातातली लाठी हेमकडे दिली आणि म्हणाला, "आधी थोडा वेळ थांब, स्वतःला समजून घे. तू शरीर आणि मनाची काळजी घेतली नाहीस, म्हणूनच थकला आहेस. जरा वेळ घे आणि मग तुझा प्रवास पुढे ने."

आरामचा आधार

आरामने हेमला एका छोट्या झाडाखाली बसवलं. तो म्हणाला, "हेम, जेवण कर, पाणी पी, आणि थोडी झोप घे. तू जेव्हा ताजातवाना होशील, तेव्हा तू मोठ्या निर्धाराने प्रवास करशील."

हेमने त्याचं ऐकलं. त्याने पहिल्यांदा शांतपणे श्वास घेतला, पाणी प्यायला, आणि आपल्याला आलेली तहान भागवली. नंतर आरामच्या आग्रहाने त्याने एक हलकं जेवण केलं, जे त्याला खूप उर्जावान वाटलं.

ताजेतवाने होण्याचा अनुभव

आरामने हेमला समजावलं, "कधी कधी आपण फक्त पुढे जाण्यावर लक्ष केंद्रित करतो, पण शरीर आणि मनाची गरज विसरतो. त्यामुळेच आपण कमकुवत होतो. पण जेव्हा आपण शरीराला विश्रांती देतो आणि मनाला शांत करतो, तेव्हा आपण नव्या उर्जेने उभे राहतो."

हेमने झाडाखाली डोळे मिटून झोप घेतली. तो शांत झोपला होता, आणि त्याला खूप दिवसांनी मनःशांतीचा अनुभव आला. काही वेळाने जागा झाल्यावर, त्याने स्वतःला खूप हलकं आणि आनंदी अनुभवलं.

आरामचे मार्गदर्शन

आरामने त्याला सांगितलं, "हेम, विश्रांती ही प्रवासाचा भाग आहे. जेव्हा तुझं शरीर आणि मन एकत्र उर्जावान

असतील, तेव्हा तू कोणताही अडथळा पार करू शकशील.
आता पुढे जा, पण विसरू नकोस, वाटेत आरामाला जागा
दे."

प्रवासाला नवा दृष्टिकोन

आरामच्या सल्ल्याने हेम आता नव्या उमेदीने
प्रवासासाठी तयार झाला होता. तो म्हणाला, "आराम,
तुझ्यामुळे मला समजलं की, प्रत्येक प्रवासात थांबणं
आणि स्वतःकडे लक्ष देणं किती महत्त्वाचं आहे. आता मी
स्वतःला जपेन आणि प्रवास अधिक चांगल्या पद्धतीने
पूर्ण करेन."

आरामने त्याला अलविदा करत सांगितलं, "हेम, प्रत्येक
अडथळ्याला सामोरं जायचं असतं, पण स्वतःकडे लक्ष
द्यायला विसरायचं नाही. तू निश्चित यशस्वी होशील."

हेम आता ताजातवाना झाला होता. त्याला आरामकडून
शिकलं होतं की, शरीर आणि मनाची काळजी

घेतल्याशिवाय कोणताही प्रवास यशस्वी होऊ शकत नाही. आता त्याचा प्रवास नव्या उर्जेने सुरू झाला होता, आणि त्याला विश्वास होता की, तो आपलं ध्येय गाठेल.

हेमची भेट "प्रेजेंट"शी: आत्ता आणि इथे जगण्याचं महत्व

हेम आपल्या प्रवासात एका वळणावर पोहोचला होता,
जिथे त्याचं मन भूतकाळाच्या आठवणींमध्ये आणि
भविष्याच्या चिंतेत गुंतलेलं होतं. या विचारांमुळे त्याला
न दिसणारा रस्ता अधिक कठीण आणि धूसर वाटत
होता. अशा अवस्थेत, त्याला समोर एक तेजस्वी
व्यक्तिमत्त्व दिसलं. ती व्यक्ती हसत होती, शांत होती,
आणि तिच्याभोवती एक वेगळाच स्नेहभाव होता. ती
व्यक्ती स्वतःला "प्रेजेंट" म्हणवत होती.

प्रेजेंटशी पहिली भेट

प्रेजेंटने हेमला विचारलं, "हेम, तू कुठे निघालायस? आणि
तुझ्या चेहऱ्यावर इतका ताण का आहे?"
हेमने थोडं हसण्याचा प्रयत्न केला, पण तो उत्तर देताना
म्हणाला, "मी माझ्या नवीन चीजच्या शोधात आहे, पण
माझ्या भूतकाळाच्या चुका आणि भविष्याच्या भीतीमुळे
माझं मन अस्थिर झालंय."

प्रेजेंटने शांतपणे उत्तर दिलं, "हेम, तू एक खूप मोठी
गोष्ट विसरलायस. जीवन फक्त भूतकाळ किंवा भविष्य

नाही, ते फक्त 'आत्ता' आहे. जर तू या क्षणावर लक्ष केंद्रित केलंस, तर तुझा प्रवास अधिक सोपा आणि आनंददायी होईल."

प्रेजेंटचं मार्गदर्शन

प्रेजेंटने हेमला एका ठिकाणी थांबवलं आणि सांगितलं, "डोळे बंद कर, शांत श्वास घे, आणि फक्त 'आत्ता'वर लक्ष केंद्रित कर. तुझ्या आजूबाजूला काय आहे, त्याचा अनुभव घे."
हेमने डोळे बंद केले. त्याने पक्ष्यांचे किलबिल ऐकले, वाऱ्याचा गारवा जाणवला, आणि स्वतःच्या हृदयाचा ठोका ऐकण्याचा प्रयत्न केला. या क्षणात, त्याच्या मनातली भीती कमी झाली, आणि त्याला आतून एक वेगळं समाधान मिळालं.

भूतकाळ आणि भविष्याचा ताण सोडणं

प्रेजेंटने पुढे सांगितलं, "भूतकाळ फक्त शिकण्यासाठी आहे, आणि भविष्य फक्त नियोजनासाठी. पण खरं जगणं या क्षणात आहे. जर तू वर्तमानात जगलास, तर तुझ्या हातून चांगल्या गोष्टी घडतील आणि त्याचा

परिणाम तुझ्या उज्ज्वल भविष्यावर होईल."

हेमने विचार केला आणि मान्य केलं, "खरंच, मी भूतकाळाच्या चुकांमुळे स्वतःला दोष देत होतो, आणि भविष्याची भीती बाळगत होतो. पण या क्षणात, मी शांत आहे आणि सक्षमही वाटतो."

प्रेजेंटची भेट: नव्या उमेदीचा स्रोता

प्रेजेंटने त्याला सांगितलं, "आता तुला फक्त एक गोष्ट करायची आहे—प्रत्येक क्षणाला स्वीकारायचं आणि त्यात सर्वोत्तम द्यायचं. बाकीचं आपोआप घडेल."
हेमने त्याच्या मनातल्या ताणाला सोडलं, आणि त्याने प्रेजेंटचा सल्ला मनापासून स्वीकारला.

प्रवासासाठी नवी ऊर्जा

प्रेजेंटच्या शिकवणुकीमुळे हेमचा दृष्टिकोन बदलला. तो स्वतःशी म्हणाला, "मी या क्षणात समाधानी आहे. आता मला भीती वाटत नाही. मी माझं सर्व लक्ष वर्तमानावर केंद्रित करेन."

हेमचा प्रवास आता अधिक आनंददायी आणि उत्साहवर्धक झाला होता. तो प्रत्येक क्षणात जगत होता, शिकत होता, आणि नवीन चीजच्या दिशेने आत्मविश्वासाने पुढे जात होता.

हेमची ॲप्रिसिएटशी भेट: सकारात्मकतेचं नवीन पर्व

हेमचा प्रवास पुढे सुरू असतो, पण अजूनही त्याच्या मनात काहीतरी अधुरं असल्याची भावना असते. काही वेळा तो स्वतःच्या प्रयत्नांना कमी लेखतो, तर कधी त्याला परिस्थितीबद्दल राग येतो. एका दिवसात, त्याचा मार्ग एका सुंदर शांत ठिकाणी पोहोचतो, जिथे झाडं वाऱ्यासोबत हलत असतात, पक्षी गात असतात, आणि सगळं वातावरण सकारात्मकतेने भरलेलं असतं. हेमला इथे ॲप्रिसिएट भेटतो.

ॲप्रिसिएटची एंट्री

ॲप्रिसिएट हेमसमोर उभा राहतो. तो हसतमुख, उत्साही,
आणि तेजस्वी दिसतो. तो हेमकडे बघत म्हणतो:
"हेम, खूप चांगलं केलंयस! तू आजपर्यंत जे काही केलं,
ते खरोखर प्रशंसनीय आहे."

हेम गोंधळून विचारतो,
"मी असं काय मोठं केलं? मी अजूनही माझ्या प्रवासात
अडकल्यासारखं वाटतं."

ॲप्रिसिएट हसत म्हणतो,
"हेम, तू हे लक्षात घ्यायला हवं की प्रत्येक छोटासा
प्रयत्नदेखील तुझं यशाचं पाऊल आहे. तुझ्या वाटचालीतून
शिकायला मिळणाऱ्या गोष्टींना आणि तुझ्या मेहनतीला
कधीच कमी लेखू नकोस."

परिस्थितीत सकारात्मकता शोधण्याचं महत्त्व

ॲप्रिसिएट हेमला एका झाडाखाली नेतो आणि म्हणतो:
"हे झाड बघ. त्याला किती वेळा वारा, पाऊस, उन्हाचा
त्रास सहन करावा लागतो. पण तरीही ते आपल्या

पानांनी सगळं झेलतं, फळं देतं. तसं तूही तुझ्या कठीण परिस्थितीत शिकायला हवं आणि त्यातलं सौंदर्य पाहायला हवं."

कौतुकाचं महत्त्व शिकवणं

ऍप्रिसिएट त्याला सांगतो:

1. स्वतःचं कौतुक कर: तुझ्या छोट्या यशाचंही कौतुक करायला शिक.

2. इतरांचंही कौतुक कर: फक्त स्वतःपुरतं मर्यादित राहू नकोस. इतरांची मदत, त्यांचं प्रयत्न आणि त्यांचा सहभागही ओळख.

3. परिस्थितीचा स्वीकार कर: प्रत्येक अडचण ही एक शिकवण असते. तिचं कौतुक केल्यावरच समाधान मिळतं.

ॲप्रिसिएट त्याला एका गोष्टीची जाणीव करून देतो:
"तू जेव्हा स्वतःच्या प्रवासाचं आणि त्यातल्या चांगल्या क्षणांचं कौतुक करशील, तेव्हा तुझ्या मनात सकारात्मकता वाढेल. त्यातून तुला पुढचं धैर्य मिळेल."

हेमचं परिवर्तन

ॲप्रिसिएटशी भेट झाल्यावर हेमची दृष्टी बदलते. तो त्याच्या प्रवासातल्या अडथळ्यांकडे केवळ समस्यांसारखं पाहत नाही, तर त्यातून मिळालेल्या शिकवणीचं कौतुक करू लागतो. तो म्हणतो:
"माझ्या चुकांनी मला शिकवलं, आणि माझ्या यशांनी मला पुढे जाण्याचं बळ दिलं. आता मला कळतंय की, कौतुक केल्यानेच सकारात्मकता टिकते."

ॲप्रिसिएटचा संदेश

ॲप्रिसिएट त्याला शेवटी सांगतो:

"हेम, स्वतःच्या आणि इतरांच्या प्रयत्नांना कधीच कमी लेखू नकोस.

प्रत्येक चांगल्या क्षणाचं कौतुक कर, कारण त्याच्यातून
तुझ्या आयुष्याचं सौंदर्य प्रकट होतं."

प्रत्येक क्षणाचं सौंदर्य

हेमला जाणवतं की प्रत्येक छोटासा क्षणही महत्त्वाचा
आहे. त्याला लक्षात येतं की, जेव्हा तो परिस्थितीकडे
सकारात्मकतेने पाहतो, तेव्हा त्याला जास्त उर्जा मिळते.

आता हेमचं मन शांत आणि समाधानाने भरलेलं आहे.
तो प्रत्येक क्षणाचं आणि परिस्थितीचं कौतुक करत,
आपल्या प्रवासात पुढे निघतो, नवीन चीजच्या दिशेने.

"ॲप्रिसिएटशी झालेली भेट हेमला दाखवते की जीवनाचा
प्रत्येक क्षण हा खास आहे, आणि त्याचं कौतुक
केल्यानेच जीवन अर्थपूर्ण होतं."

चिझच्या शोधात हेम आता शेवटच्या टप्प्यावर पोहोचतो. त्याचा प्रवास त्याला केवळ चिझ मिळवण्यापुरता मर्यादित राहत नाही, तर त्याला जीवनाचा खरा उद्देश समजतो. पर्पज या नव्या साथीदाराची ओळख त्याला आयुष्याचा व्यापक अर्थ समजून घेण्यास मदत करते.

पर्पजची ओळख

एका शांत पठारावर, चिझच्या जवळ पोहोचण्याआधी हेमला पर्पज भेटतो. पर्पज एक तेजस्वी आणि शांत व्यक्तिमत्त्व आहे. तो हेमला विचारतो,
"हेम, तुला काय वाटतं, चिझ मिळवल्यावर तुझं आयुष्य परिपूर्ण होईल?"

हेम उत्तरतो, "माझं ध्येय म्हणजे चिझ मिळवणं. ते मिळालं की मी सुखी होईन."

पर्पज हसतो आणि म्हणतो, "चिझ फक्त एक साधन आहे, हेम. तुझ्या प्रवासातील शिकवणी, तुझी

वाढ, आणि तुला इतरांना मदत करण्यासाठी मिळालेला अनुभव - हेच खऱ्या अर्थाने तुझं ध्येय आहे. चिझला फक्त स्वतःसाठी न मिळवता, त्याचा उपयोग इतरांच्या आयुष्यात बदल घडवण्यासाठी कर."

स्वार्थापलीकडचं शिकणं

पर्पज हेमला त्याच्या प्रवासाची आठवण करून देतो.

थँकफुलने दिलेली शिकवण: कृतज्ञतेमुळे हेमने छोट्या क्षणांमधून समाधान मिळवलं.

पास्टची मदत: भूतकाळातील चुका आणि त्यातून घेतलेले धडे हेमच्या वैयक्तिक प्रगतीसाठी उपयोगी ठरले.

ट्रस्ट आणि होपचे मार्गदर्शन: आत्मविश्वास आणि आशेच्या बळावर त्याने अडथळे पार केले.

पर्पज म्हणतो, "तुझा प्रवास इतक्या गोष्टींनी भरलेला आहे, हेम. आता या सगळ्या शिकवणी इतरांसाठी वापर. लोकांना त्यांचं चिझ शोधायला मदत कर."

हेम विचार करतो आणि जाणवतो की त्याच्या प्रवासाने त्याला केवळ स्वतःसाठी नाही, तर इतरांसाठीही काहीतरी चांगलं करण्याची क्षमता दिली आहे.

अर्थपूर्ण जीवनाची सुरुवात

हेम अखेर चिझ N स्टेशनवर पोहोचतो आणि त्याला तिथं भरपूर चिझ दिसतं. तो आनंदाने हसतो आणि म्हणतो, "हे तर स्वप्नासारखं आहे! इतकं चिझ मी कधीच पाहिलं नव्हतं." तिथं तो पाहतो की चिझ फक्त त्याच्यासाठीच नाही तर इतरांसाठीही उपलब्ध आहे. पर्पज त्याला म्हणतो, "हेम, इथं चिझ खूप आहे. तू याचा उपयोग इतरांसोबत सामायिक करू शकतोस.

त्यांना त्यांचा प्रवास समजायला मदत कर आणि त्यांच्या ध्येयाकडे वाटचाल करण्यासाठी प्रेरित कर."

हेमने ठरवलं की चिझ फक्त स्वतःसाठी न ठेवता, तो त्याचा अनुभव आणि शिकवणी इतरांना सांगेल.

तेवढ्यात स्निफ आणि स्करी धावत येतात. स्निफ हसत म्हणतो, "हेम, तू शेवटी आलास! आम्ही वाट पाहत होतो." स्करी उड्या मारत म्हणतो, "आता आपण सगळे मिळून मजा करूया."

हॉही तिथं येतो आणि हेमला मिठी मारतो. "मित्रा, मला आनंद आहे की तू बदल स्वीकारलास. तुझा प्रवास खूप काही शिकवतो."

पर्पज थोडा गंभीरपणे पण गमतीशीर स्वरात म्हणतो, "हेम, इथलं चिझ फक्त खाण्यासाठी नाही. हे तुझ्या आयुष्याचं प्रतीक आहे. तू आता इतरांना प्रेरणा देऊ शकतोस. पण लक्षात ठेव, जास्त खाल्लंस तर वजन वाढेल, मग पुन्हा भूलभुलैयात धावावं लागेल!"

सगळे हसतात. हेमही हसत म्हणतो, "बरोबर आहे! आता मी चिझ फक्त स्वतःसाठी नाही ठेवणार. माझा अनुभव आणि शिकवण इतरांसोबत शेअर करणार."

सर्व मित्र एकत्र बसतात आणि आनंदाने म्हणतात, "बदल टाळता येत नाही, पण त्याला जुळवून घेणं आपल्या हातात आहे. आणि खरी मजा म्हणजे हा प्रवास एकत्र अनुभवणं."

हेमची शिकवण:

1. स्वतःचा शोध घेताना इतरांना प्रेरणा द्या: हेमने स्वतःच्या अनुभवांमधून प्रेरणा घेऊन इतरांना त्यांचा प्रवास समजून घ्यायला मदत केली.

2. स्वार्थापलीकडचं जीवन: चिझ फक्त स्वतःसाठी न ठेवता, इतरांसोबत सामायिक करणं हेमला समाधान आणि समाधान दिलं.

3. पर्पजसोबतची ओळख: हेमला जाणवलं की चिझ मिळवणं अंतिम ध्येय नव्हतं; प्रवासातल्या शिकवणुकींना

सामावून घेणं आणि इतरांसाठी त्याचा उपयोग करणं हेच
खरे ध्येय आहे.

शेवटची शिकवण:

हेम आता पूर्णपणे बदलला आहे. तो स्वार्थी ध्येयांपासून
मुक्त होऊन, इतरांना मदत करणाऱ्या प्रवासाकडे वळतो.
त्याला समजलं आहे की चिझ मिळवण्याचा आनंद
तितकाच मोठा आहे, जितका इतरांना त्यांचं चिझ
शोधण्यात मदत करण्याचा आनंद आहे.

तो स्वतःशी म्हणतो,
"माझ्या प्रवासाने मला एक चांगला व्यक्ती बनवलं. आता
मी माझा अनुभव इतरांना सांगून त्यांनाही त्यांचा प्रवास
अर्थपूर्ण बनवायला मदत करेन."

यापुढे हेमचं जीवन एका नव्या पातळीवर पोहोचतं - जिथं
चिझ फक्त साध्य नाही, तर इतरांसाठी प्रकाशाचा स्रोत
बनतं.

गोष्टीनंतर रंगलेली चर्चा - "हॅपिअर फॅमिली" चा प्रभाव

गोष्टीचा शेवट झाला होता, पण मित्रमंडळींमध्ये अजूनही त्या अनुभवाची चर्चा रंगत होती. सगळ्यांच्या चेहऱ्यावर विचारमग्न भाव होते. हेमच्या प्रवासाने सगळ्यांना काहीतरी शिकवलं होतं, आणि "हॅपिअर फॅमिली" चे पात्र अजूनही त्यांच्या मनात घर करून होती.

कॉफीचा दुसरा राउंड सुरू झाला. जुन्या मित्रमैत्रिणींच्या आठवणी निघाल्या, आणि काही गमतीशीर किस्से रंगले.

मयूर: "अरे, 'हेम' आधी इतका निगेटिव्ह होता की त्याला काहीच पटत नव्हतं. मला माझ्या ऑफिसमधल्या एका सहकाऱ्याची आठवण झाली. तो पण दररोज 'हे झालं तर काय? ते झालं तर काय?' असं करत नुसताच टेंशन घेतो!"

स्नेहा: "हो, पण त्याला "हॅपिअर फॅमिली" भेटली आणि त्याचा दृष्टीकोनच बदलला! हा बदल खूप महत्त्वाचा होता."

राहुल: "खरं सांगायचं तर, आपल्यालाही अशा 'हॅपिअर फॅमिली' ची गरज असतेच. आपल्यालाही आयुष्यात कधी ना कधी Inspired, Hope, Trust, Thankful, Present, Purpose यांसारखे आधार लागत असतात."

अमृता: "पण खरंच, जर हॅपिअर फॅमिली नसती, तर हेम कधीच बदलला नसता. मग काय झालं असतं?"

संजय: "तो तसाच जुन्या 'चीज स्टेशन'मध्ये अडकला असता. हळूहळू मानसिकरित्या खचला असता. आपणही कधी कधी जुन्या गोष्टींना धरून बसतो, नाही का?"

सगळे एकमेकांकडे पाहत विचार करत होते. मग साक्षीने गंभीर विषयावर थोडं हसू आणलं.

साक्षी: "बरं, आपण असं समजूया की आपल्यालाही आपल्या आयुष्यात 'Inspired' हवीये. तर चला, आपण सगळे आता ठरवूया की कोण आपल्या ग्रुपमध्ये कोणत्या पात्रासारखा आहे!"

सगळ्यांनी टाळ्या वाजवल्या आणि हसू लागले.

रोहित: "मग मी 'Trust' आहे! कारण माझ्यावर सगळे विश्वास ठेवतात."

नेहा: "हो, आणि मयूर नक्कीच 'Hope' आहे. कारण तो नेहमी आत्मविश्वासाने वागत असतो!"

मयूर: (हसत) "बरोबर! पण मग 'Purpose' कोण आहे?"

सगळे काही क्षण विचारात पडले, आणि मग राहुलने हसत उत्तर दिलं -

राहुल: "ते आपल्या आई-बाबा आहेत! तेच खऱ्या अर्थाने आपल्याला ताकद देतात."

सगळ्यांच्या मनात एकदम एक वेगळंच भावनांचं वादळ उठलं.

स्नेहा: "म्हणजे काय, हॅपिअर फॅमिली फक्त हेमसाठीच नव्हती. आपल्यालाही आयुष्यात अशा लोकांची गरज असते. आणि कधी कधी आपणच दुसऱ्यांसाठी 'हॅपिअर फॅमिली' चं काम करतो!"

अमृता: "हो, कधी आपण 'Inspired' होतो, तर कधी दुसऱ्यांसाठी 'Trust' किंवा 'Thankful' बनतो."

सगळ्यांनी एकमेकांकडे पाहिलं आणि एक मोठा सकारात्मक क्षण निर्माण झाला.

गोष्टीने सगळ्यांना अंतर्मुख केलं होतं. हेमने आपल्या प्रवासात शिकलेला धडा प्रत्येकाने स्वतःच्या आयुष्यात घेतला.

मयूर: "तर मग आपण सर्वजण कोणत्या ना कोणत्या रूपात आपल्या आयुष्यातल्या कोणासाठी तरी 'हॅपिअर फॅमिली' आहोत! मग आता कुठल्याही बदलाला घाबरायचं नाही!"

संजय: (हसत) "बरोबर! आणि मी उद्या ऑफिसमध्ये जाऊन बॉसला सांगणार - 'सर, मी Inspired झालोय! आता नवीन बदलांना सामोरं जाणार आहे!'"

(सगळे जोरजोरात हसायला लागतात.)

गप्पा आणि चर्चांचा शेवट एका सकारात्मक ऊर्जेने झाला.
सर्वांनी मनोमन ठरवलं - बदल अटळ आहे, आणि
आपल्यालाही तो स्वीकारायचा आहे!

लेखकाबद्दल

संदेश पानसरे हे एक अनुभवी सॉफ्टवेअर अभियंता आणि प्रेरणादायी लेखक आहेत. त्यांना आत्मविकास, बदल, आणि यशस्वी जीवनशैली यावर लिखाणाची आवड आहे. त्यांचा वैयक्तिक आणि व्यावसायिक प्रवास हा चढ-उतारांनी भरलेला असून, त्यांनी स्वतःच्या अनुभवांमधून शिकत आत्मविकासाच्या दिशेने वाटचाल केली आहे. त्यांच्या लेखनशैलीत साधेपणा असूनही ती वाचकांच्या मनाला भिडणारी आणि प्रेरणादायी आहे.

"हेमचा भूलभुलैयामधील प्रवास.. बदलाचा शुभारंभ" हे पुस्तक लिहिण्यामागील त्यांचा उद्देश म्हणजे बदल स्विकारण्याची मानसिकता तयार करणे आणि यशस्वी होण्यासाठी शिस्त आणि सकारात्मक दृष्टिकोन महत्त्वाचा असतो हे लोकांना समजावून सांगणे.
त्यांना नवीन कल्पना शोधणे, मानसिक आरोग्याबद्दल जागरूकता वाढवणे आणि लोकांना प्रेरित करणे यात खूप आनंद मिळतो. त्यांचे लिखाण वाचकांना स्वतःकडे नव्याने पाहायला आणि यशाच्या दिशेने पुढे जाण्यास प्रवृत्त करते.

तुम्ही सहज संपर्क करू शकता.
लेखकाचा ईमेल पत्ता: sn.pansare@gmail.com

जर तुम्हाला पुस्तकाबद्दल तुमचे विचार, प्रतिक्रिया किंवा अनुभव शेअर करायचे असतील, तर मला नक्की लिहा.

तुमच्या अभिप्रायामुळे पुढील लेखन अधिक समृद्ध आणि अर्थपूर्ण होईल.

www.ingramcontent.com/pod-product-compliance
Lightning Source LLC
Chambersburg PA
CBHW062233150726
47991CB00006B/2565